పచ్చబొట్టు

D9900357

సి. సుజాత

ఛాయ
హైదరాబాద్

PACHHA BOTTU
Author: **C Sujatha**
©Author

First Edition: July, 2022

Published By:
Chaaya Resources Centre
103, Haritha Apartments,
A-3, Madhuranagar,
HYDERABAD-500038
Ph: (040)-23742711
Mobile: +91-70931 65151
email: chaayaresourcescenter@gmail.com

Publication No.: CRC-58
ISBN No. 978-93-92968-40-2

Book Layout
Kranthi, 7702741570

Cover Painting
Vinod Chowdary Raparla

For Copies:
All leading Book Shops
https:/amzn.to/3xPaeld
bit.ly/chaayabooks

ఓ గౌరవ పురస్కారం

"**నా** పుస్తకం మీ నుంచి రావాలి అన్నారు సుజాతగారు".

అయితే రాయండి అన్నాం.

ఇదిగో ఈ నవల రాసారు.

తెలివితేటలతో ఎంత ఉన్నత స్థానానికి ఎదిగినా కింది కులంలో, ముఖ్యంగా అణగారిన వర్గాల కులం, ఓ జీవిత బంధాన్ని ఊహించుకోడాన్ని కూడా భయపెడుతుంది. ఇది ఈ వ్యవస్థ లో కులానికున్న ఆధిపత్య బలం. ముందు కులం ఆ తర్వాతే మనుషులన్న స్పృహ. నిజానికి ఇది ఎటువంటి డ్రామా లేని వాస్తవిక వివరణ. రచయిత్రి సీనియర్ కథకులు కావడమే కాదు ప్రింట్ మీడియా లో అపారమైన అనుభవంతో పాటు, ఎలక్ట్రానిక్ మీడియా కొత్తలో అనేక శ్రమలకోర్చి జర్నలిస్ట్ గా ఎన్నో ఘటనలకు సాక్షిగా నిల్చారు. ఈ నవల ఆవిడ రచనా వ్యాసంగానికి ఓ గౌరవ పురస్కారంగా ఛాయా మీ ముందుంచుతోంది.

ఛాయా టీం

పచ్చబొట్టు (నవల)

కథలు

ఆ గదిలో

ప్రవాహం

ఆఖరి పాట

పచ్చబొట్టు

1

"పర్ఫెక్ట్... అంతా సెట్ అయినట్టే" అనుకుంది విమల, షూటింగ్ ఏర్పాట్లని చూసి. గత మూడు గంటల కాలంగా అదే పనిలో మునిగి పోయున్నారు వాళ్ళు. టౌన్‌కి చాలా దూరంలో ఉన్న యూనివర్సిటీలో చేసే ప్రోగ్రాం షూట్ కాబట్టి కాస్త జాగ్రత్తగా ప్రతీ విషయాన్నీ గమనించుకుంటూ ఉండాలి. ఏ విజువల్ మిస్ అయినా మళ్ళీ వెనక్కి రావాల్సిందే. బోల్డంత టైం పడుతుంది. మధ్యాహ్నం ఎండ చురుక్కుమనిపించేసరికి కాస్త విశ్రాంతి కావాలనిపించింది విమలకి. అలా చెట్ల కింద చిన్న వాక్ చేయాలనిపించింది. వెళ్లే ముందు అసిస్టెంట్ మురళిని పిలిచి "అంతా ఓకే నా మురళీ..? మొత్తం ప్రోమో షాట్స్ తీసేసుకో.." అన్నది విమల.

"వన్ అవర్‌లో క్లోజ్ చేస్తా. కొన్ని ప్రోగ్రాంలో మాంటేజ్ కోసం అనుకున్నా.." చెప్పాడు.

సరే అన్నట్టు తల ఊపి, కెమెరా ఫ్రేమ్లోకి రాకుండా పక్క నుంచి నడుస్తూ బయటికి వచ్చేసింది విమల. కాలి బాట మీద ముందుకు నడవటం మొదలు పెట్టింది.

ఎస్.ఎస్ ఇంజనీరింగ్ కాలేజ్.. వందలాది అపురూపమైన వృక్షాలు..ప్రతీదీ పద్ధతిగా కాలిబాటకు అడ్డం రాకుండా ఎత్తుగా ఉన్న భవనాల మీదకు వాలకుండా ఎంతో శ్రద్ధగా కత్తిరించి ట్రిమ్ చేసిన మోడరన్ అరణ్యం. పర్ఫెక్ట్‌గా ఏది ఎక్కడ ఉండాలో డిజైన్ చేసిన నిర్మాణం..

"ఈ మనుషులు దేన్నీ స్వేచ్ఛగా ఎదగనివ్వరు కదా.. అది మొక్క గానీ.

మనిషి గానీ.. అదుపు చేస్తూ, ఆజ్ఞలు ఇస్తూ.. ప్రకృతినే వాళ్లకి అనుకూలంగా మార్చేశారు. ఎక్కడ ఎత్తుగా పెరగాలి, ఎక్కడ వినయంగా వంగి కూర్చోవాలి నేర్పి పారేశారు" అనుకుంది నవ్వుకుంటూ.

'మేడమ్' హఠాత్తుగా వినిపించిన పిలుపుకి వెనక్కి తిరిగి చూసింది.

చేత్తో గులాబీ పువ్వు పట్టుకుని ఓ అమ్మాయి.

"మీ విజువల్స్ తీస్తున్నాడు మురళి..ఎందుకు వచ్చేశావమ్మా?" అన్నది విమల.

"మీరు చాలా బావున్నారు అని చెప్పాలనిపించింది. " గల గల మని నవ్వింది ఆ అమ్మాయి.

విమల నవ్వి "నీ పేరు"

"సమీరా" అన్నది వెనక్కి పరుగెత్తుకు పోతూ. విమల ఆ అమ్మాయి వెళ్లిన వేపు చూస్తూ నిలబడింది.

చిన్నతనం మరీ తక్కువ రోజులే ఉంటుందెందుకో.. పెద్దవుతున్న కొద్దీ ఈ నవ్వులు కాస్తా మాయం అయిపోతాయి. నిట్టూర్చింది విమల. సమీర ఇచ్చిన అరవిచ్చిన తెల్ల గులాబీ ముద్దుగా ఉంది. బ్యాగ్ తీసి పువ్వును కర్చీఫ్‌తో చుట్టి, నలిగి పోకుండా ఒక పక్కగా పెట్టింది.

నడుస్తున్న కొద్దీ మాటలు దూరం అవుతున్నాయి. వత్తుగా ఉన్న ఆకుల మధ్య నుంచి పడుతున్న ఎండ నేలపైన ముగ్గులేస్తోంది. ఒక్కో ఆకు రాలి పడుతున్న శబ్దం వింటూ పరధ్యానంగా నడుస్తోంది విమల.

"ఇదిగో ఇమలా.. నువు ఇమలవి కదా." ఉలిక్కి పడింది. విమల తలెత్తి చూసింది. ఎదురుగా వస్తున్న ముసలాయన్ని చూసి ఆమె మొహంలోకి నవ్వు వచ్చి చేరింది.

"తాతయ్యా... మీరేంటి ఇక్కడ?" అంది గబగబా నడుస్తూ ఆయన చేయి పట్టుకుని.

"నువ్వేనా అని ఆలోచిస్తున్నా.. అట్టా నడుసుకుంటా వస్తావుంటే ఔపించావు ఏంటీ ఇక్కడ ఉన్నావూ".. అన్నాడు రంగయ్య.

"మీరెట్లా వచ్చారు" అన్నది విమల.

"మా మనవడు రాకేషుగాడు ఇక్కడ్నే కదా ఇంజినీరింగ్ మూడో ఏడు సదవటం. రుక్నమ్మ సూస్తానంటే, ఇద్దరం వచ్చాం. అప్పుడప్పుడూ వొస్తాంలే.

ఆడికేమైనా వండుకొని. ఆడికి క్లాస్ ఉందని వెళ్ళేడు. మా బస్సుకి ఇంకా టైం ఉంది కదా కాస్సేపు కూసుని ఎళ్దాం అని ఇక్కడే కూసున్నాం, నువ్ కనపడ్డావు" అన్నాడు మళ్లీ రంగయ్య. "నాయనమ్మ వచ్చిందా?" విమల ముందుకు నడిచింది. దారిపక్కన వేసిన బల్ల మీద కూచుంది రుక్మిణమ్మ. ఎండకు కళ్ళు చిట్లించి చూస్తోంది.

"విమలా ఇక్కడేం చేస్తున్నావే?" అంది.

"మా షూటింగ్ జరుగుతోంది. ఇక్కడ చదువుతున్న పిల్లలు కొత్తగా వ్యాపారాలు పెట్టుకునే వాళ్లుంటారు. స్టార్టప్స్ అంటార్లే. వాళ్ల వివరాలు, వాళ్లు చేయబోయే బిజినెస్, అదెలా నడుస్తుంది... అలాంటివన్నీ చెపుతారు. అవన్నీ రికార్డ్ చేస్తున్నాం. ఈ యూనివర్సిటీలో వారానికి, నెలకు కొన్ని ఈవెంట్స్ చేస్తాం. ఇక్కడే చదువుకొని ఇప్పుడు బిజినెస్ పెట్టుకొని పెద్దగా అయినవాళ్లు, రెండొందల కోట్ల టర్నోవర్ దాటిన వ్యాపారస్తులు వచ్చి ఇక్కడ వాళ్ల అనుభవాలు చెబుతారు. అవన్నీ రికార్డ్ చేసి ఈ యూనివర్సిటీ వెబ్‌సైట్‌లో పెట్టడం నాకు కాంట్రాక్ట్." అన్నది విమల.

"ఆ పెద్దయి కెమెరాలు, పైన ఎక్కి కూర్చునేయి అన్నీ నియ్యేనా? ఇందాక అటుపక్క వచ్చాం, నువ్వు కాపడలేదు" అన్నాడు రంగయ్య.

"అక్కడి క్రేన్‌లా అవును నావే"

"నువ్వు సినిమాలు తీస్తావా?"

"లేదు తాతా. ఈ కెమెరాలు సినిమాలకు పనికిరావు. ఇవి మామూలు కెమెరాలు. నేను చేసే వర్క్‌కి పనికి వస్తాయి."

"ఇంకా నీకీ పిచ్చేవిటే విమలా, ఎన్నాళ్లు ఇట్టా వుంటావూ?" అన్నది రుక్మిణమ్మ.

నవ్వింది విమల.

"ఎన్నేళ్లేముంది నాయనమ్మా. నా పని ఇదే కదా.. "

"నివ్విట్టా ఉన్నావా మోడల్లే, సుధాకరం కిందటి నెల్లో మనూరొచ్చాడు. పెద్ద కారేంది, సుట్టూ మడుసులూ ఏందసలా. మళ్లీ పెళ్లి చేసుకున్నాడు నీకు తెల్సా?" అన్నాడు రంగయ్య.

విమల తల ఊపింది తెలుసు అన్నట్టు.

"పిల్లనీ లాక్కునే, ఆస్తీ తీసుకొనే, పెళ్లి చేసుకొనే.. ఆడికేవైంది? నువ్వేగా ఇక్కడ మట్టిగొట్టుకపోయింది." తన ధోరణిలో మొదలు పెట్టాడు రంగయ్య.

విమల మొహం ఎర్రబడింది.

"నేనూ బాగానే ఉన్నా తాతయ్యా" అంది.

"ఇదిగో... నేనన్నానని నొచ్చుకోకు గానీ, ఏందీ నువ్ సాధించింది. ఇట్టా రోడ్డునపడి ఏం ఉద్దేగం. ఇది సెయ్యకపోతే ఏం బోయేది. రాణిలాగా ఉండే బదులు ఈ కాడికి తెచ్చుకుంటివి."

"నే బానే ఉన్నా తాతయ్యా. అవన్నీ మాట్లాడకు.. ఏమైనా చెప్పు."

"ఇంకా ఏం జెప్పాలె, మీ అన్న మీ పొలం బేరం బెట్టేడు. రంగయ్య తాతకే చెప్పిపోయాడు. పిల్లకి జెప్పావారా అని అడిగా కూడా. ఆమెను అడిగేదెందుకే అన్నాడు" అన్నది రుక్మిణమ్మ.

"దీని నాన్న మొత్తం ఆస్తి కొడుకు పేరన పెట్టాడా? పోనీ సచ్చేముందైనా ఈళ్లమ్మ పిల్ల సంగతి ఏందీ? అని ఇశారించిందా? నేను కూచోబెట్టి సెప్పా.. పిల్లదాని సంగతి ఏవైనా చూసావా అని. ఆవిడి ఏవంది.. ఇమల ఎవరి మాట ఇనటల్లా నా ఉద్యోగం వదల్ను. కాపురం అయినా వదులుకుంటా పిల్లనొదులుకుంటా అని మొండి పట్టేసుకుంది. దానికి ఆస్తి పెడితే ఇంకా తెగబడదూ.. ఆస్తులు వద్దు. ఇప్పటికే అన్ని నాశనం చేసుకుంది" అనేశిందే మీ అమ్మ.

"ఊళ్లో అందరూ ఏకమై ఆవిన్ని తలో మాటా అన్నార్లే ఇమలా.. సదువుకుంటే కాపురం వద్దనేసుద్దా అని ఒకటే మాట అందరూ. మీయమ్మ ఏవనుకున్నదంటే సేతిలో సిల్లిగవ్వ లేకపోతే నా మొగుడు నా పిల్లా అని ఎనక్కి వస్తాది అనుకుంది. నువ్వు అసలేవీ వద్దు పో అనేస్తివి." అన్నది రుక్మిణమ్మ.

"ఇమలా! పోనీ మీ అన్నని అడగవే. ఇల్లు నీకుంచమని అడుగు." అన్నాడు రంగయ్య.

"అది చాలా ఖరీదైన ఆస్తి తాతా. కోటి రూపాయలైనా వస్తాయి. అన్న చాలా రోజులనుంచి అంటున్నాడు. నాన్నకి బాగా లేదు కదా అని ఊరుకున్నాడు."

"మీ నాన్న సావు కోసం సూస్తా ఉండాడే. పాపం మీ నాన్న మతిలేకుండా ఐపాయె. ఇపుడంతా అయిపోయాక ఏం చేస్తాడులే." అంది రుక్మిణమ్మ.

విమల దిక్కులు చూసింది కాసేపు.

"అవన్నీ వద్దులే నాయనమ్మా. మా నాన్న బాగా ఉన్నప్పుడే రాసాడు. అప్పుడే అడిగాడు నువ్వు సుధాకరంతో కాపురానికి వెళ్తావా లేదా? అని. నాకు ఉద్యోగం

ముఖ్యం అన్నాను. నా ఆస్తి చూసుకునే నీకింత ధైర్యం. ఇట్లా అయితే నీకు పైసా ఇవ్వను, అబ్బాయికి రాసేస్తాను అన్నాడు. అన్నట్లే రాసి ఇచ్చాడు. నేనే ఏవీ అడగలే, సరే అన్నాను.“

“ఇప్పుడేం తింటావే గడ్డి.. నేనేం పరాయి దాన్ని కాదు మీ నాయనమ్మ నాకు సొంతంగా సెల్లి. పిల్లకి అన్యాయం అవుద్దే అని కొట్టుకొన్నా. అప్పుడేమో కోపాల మీద ఉంటిరి. ఆస్తి రాసి పారేశాడాయా. తరవాత మతి పోయా. ఇప్పుడేం నెత్తి కొట్టుకుంటాడు. నిన్ను గుర్తు పడతాడా?” అంది రుక్మిణమ్మ.

“ఇంట్లో నేనూ నాన్నే కదా ఉండటం.. ఒక్కోసారి నువ్వు విమలవా? అంటాడు గానీ ఇంకేం చెప్పలేడు. ఏవీ గుర్తు లేవు.“

“మీ అన్న ధైర్యం అదే. ఇల్లూ పొలం కూడా ఆడి పేర్నే గదా. మీ నాన్న ఉన్నంత వరకూ ఇల్లు మటుకు అట్లాగే ఉంచుతాడట, తర్వాత ఇక్కడ ఎవ్వరం ఉండం కదా.. ఏం చేసుకుంటాం, గ్రీన్ కార్డు వచ్చింది మాకు. ఇక్కడ ఆస్తి ఎందుకు దండగ అనేసాడే” అన్నాడు రంగయ్య.

“నాతో కూడా చెప్పేడు... వదిన యూఎస్‌లోనే ఉంది కానీ, మొన్నీమధ్య అన్నయ్య ఒక్కడే వచ్చాడు. నాన్న ఉండే వరకూ ఇల్లు ఉంచుదామే అన్నాడు. సరే అన్నా.”

“మరి తరవాత ఇల్లు అమ్మేస్తే నువ్వు ఎక్కడ ఉంటావు అని అడగలా? మనూర్లో సుధాకరం కట్టిన ఇల్లు అతన్దే కదా. నీకేం లేదు అందిట్లో?”

“లేదు. మన వూళ్లో సుధాకరం వేసిన తోట ఇల్లు అప్పుడు కలిసి ఉన్నపుడే కదా కొన్నది. ఇద్దరం కలసి ఉద్యోగాల్లో చేరాం. విజయవాడ వచ్చాం. ఎటొచ్చి కాంట్రాక్టులు మొదలు పెట్టాక సుధాకరానికి నా ఉద్యోగం నచ్చకుండా పోయింది. ఇంట్లో కూర్చో, నీకు ఉద్యోగం ఎందుకు అంటాడు. పోనీ అత్తమ్మ అయినా నా మాట మాట్లాడిందా? అంతకు ముందు పిల్ల పుట్టినప్పుడు తనే కదా పిల్ల బాధ్యత నాదే హాయిగా ఉద్యోగం చేసుకోండి అని తన దగ్గరే ఉంచుకోలా.. తీరా సుధాకరం అట్లా అన్నాక పిల్లని నువ్వు పట్టించుకోవు అని మొదలు పెట్టింది. ఆమె దగ్గర అలవాటైన పిల్లని నాతో రమ్మంటే వస్తుందా? వాళ్ల మాటలు విని మా అమ్మ మొదలు పెట్టే. ఉద్యోగం మానేసి ఇంట్లో కూర్చో. ఇదేగా అందరి మాటా. అసలు నేను మనిషిలాగా ఎవరికైనా అనిపించానా? బెంగుళూరులో నిమిషం తీరదు సుధాకరానికి, అస్తమానం సైట్‌లోనే ఉంటాడు. నేనేం చేసేందుకు ఉండదు. వద్దు

ఉద్యోగం మానుకోను, నాకిదే బావుంది అంటే, ఆడదానికి ఇంత అహంకారమా అంటిరి అందరూ కలిసి. అంత చదువు కష్టపడి చదివి ఇంట్లో కూర్చుని ఏం చేస్తాను? అని బతిమాలాను . కాపురం కావాలంటే ఇంట్లో ఉండు. లేకపోతే పో" అనేవాడు. అందరూ అదేమాట.

"సరే..సరే..! విమలా దిగులు పడమాక, కానీ పిల్ల నీ దగ్గరకు వచ్చిందా ఎప్పుడైనా?"

"లేదు నాయనమ్మా.. అసలు ఇటు రానివ్వరు. వాళ్ల నాయినమ్మా తాతా చూస్తారు. ఒకటే మాట, పిల్ల కావాలనుకుంటే బెంగుళూరు రా. లేకపోతే మా ఇంటికి రావద్దు అన్నారు. నాకు పిల్ల కావాలి. కానీ నా బతుకు నాకు కూడా కావాలి నాయనమ్మా."

"ఎంతయినా ఆడదానికి ఇంత ధైర్యం వద్దే ఇమలా.. ఇల్లు, వాకిలి, పిల్లా అన్నీ వదిలేసుకుని వచ్చావు. ఇప్పుడేమైంది సూడు. వాడు హాయిగా ఇంకో పెళ్లి చేసుకునే. నువ్వే ఇట్టా మోడై పోయి..." అన్నాడు రంగయ్య.

విమల మాట్లాడలేదు.

కళ్లు తుడుచుకుంటున్న రుక్మిణమ్మను చూస్తూ కూర్చుంది. "ఏమైనా తింటావా నాయనమ్మా?" అన్నది నెమ్మదిగా. "తిన్నాలే, ఇందాక మనవడు భోజనం పెట్టించి ఆళ్ల క్లాసుకు ఎళ్లాడు. బస్టాండ్‌కు వెళ్లేందుకు బండి కోసం చూస్తూంటే నువ్వు కనబడ్డావ్. సరే మేం ఇంక పోతాం తల్లీ. తాత మాటలు మనసులో పెట్టుకోకు. ఈ సారి మన ఊరు రా" అన్నది రుక్మిణమ్మ.

"పోనీ ఇప్పుడు నేను గట్టిగా అడుగుతా, పిల్లకి ఏమైనా ఇస్తావా? అని. పదిమంది ముందు తేల్చుకుందాం ఇమలా?" అన్నాడు రంగయ్య.

"వద్దు తాతా. నాకేం వద్దు. నా సంపాదన చాలు. నాకెవ్వరి దయా అక్కరలేదు."

" నీ మొండితనం ఇడిసి పెట్టవుగా. రేపు నీకు తోడు ఎవరు ఉంటారు విమలా, పోనీ అన్నతో వెళ్లిపోతావా?"

నవ్వింది విమల "ఎవరితో వెళ్లను తాతయ్యా. నాకు ఆఫీస్ ఉంది."

"సరే పో.. ఇక మేం ఎల్తాం లే పని చూసుకో"

"పోమ్మా పో జాగ్రత్త. రా వచ్చే నెల్లో" అన్నది రుక్మిణమ్మ.

విమల లేచి నిలబడింది. "సరే ఉంటాను తాతయ్యా, నాయినమ్మా జాగర్తా"

అన్నది.

కొన్నిసార్లు ఏది ప్రేమా, ఏది దెప్పిపొడుపో అర్థం చేసుకోలేని స్థితిలో పడిపోతాం. ఇప్పుడు విమల పరిస్థితి అదే. ప్రేమతోనే అయినా తన స్థానంలో ఒక అబ్బాయి ఉంటే ఇవేమాటలు ఇలాగే చెప్పేవాళ్లా అనిపించి చిన్నగా నిట్టూర్చింది. ఇక ఏకాంతంగా ఉండాలన్న కోరికని పక్కన పెట్టి మళ్లీ వర్క్‌స్పాట్‌కి బయల్దేరింది. కొన్నిసార్లు ఏకాంతం కూడా ప్రమాదకరమే. ఈ పదేళ్లలో తనకు బాగా అర్థమైన విషయం అది. మనసుని బాధపెట్టే ఆలోచనలని తప్పించుకోవటానికి ఆమెకి కనిపించే ఏకైక మార్గం పని. అదే తనని మళ్లీ రీచార్జ్ చేస్తుంది.

2

నిశ్శబ్దంగా ఉన్నాయి యూనివర్సిటీ పరిసరాలు. ప్లాన్ చేసి మరీ అందంగా తీర్చిదిద్దినట్టు తెలుస్తోంది. పెద్ద పెద్ద చెట్లు, మధ్యలో నల్లని రోడ్డు, అక్కడక్కడా సిమెంట్ బెంచీలు, జంతువుల ఆకారాల్లో అందంగా ఉన్న డస్ట్‌బిన్స్. మధ్యమధ్యలో ఏవో పక్షుల కూతలు తప్ప చాలా ప్రశాంతంగా ఉందా ప్రదేశం.

యూనివర్సిటీ ఆవరణలోనే నడుస్తున్నారు ఆ ముగ్గురూ. విమలతో పాటు ఆమె అసిస్టెంట్స్ మురళి, ఫణి. ఇద్దరూ ఆమె గతంలో పని చేసిన ఛానెల్‌లో తన జూనియర్స్. మురళికి ముప్పై ఏళ్లుంటాయ్. ఇంజినీరింగ్ చదివి ఆ ఫీల్డ్ మీద ఇంట్రస్ట్ లేక జర్నలిజంలోకి వచ్చి అక్కడా తాను ఊహించుకున్న వాతావరణం లేకపోవటంతో బయటికి వచ్చేసి విమల యాడ్ ఏజెన్సీలోనే చేరిపోయాడు. ఇక ఫణి... ఇప్పుడిప్పుడే లోకం చూస్తున్నాడు. పాతికేళ్లలోపు వయసే. కానీ, కెమెరా చేతిలో ఉంటే ప్రపంచాన్ని మర్చిపోతాడు. ఈ ఇద్దరూ విమలకి రెండు భుజాలు.

"ఇవి కనీసం వందేళ్లనాటివి అయి ఉంటాయి. ఎంత ఎత్తు పెరిగాయో చూడు. నేల పైన ఎండే పడటం లేదు" అన్నాడు మురళి.

నల్లని తారు రోడ్డు పైన తురాయిపూలు వత్తుగా రాలి ఉన్నాయి . కొమ్మిఫోరా ముకుల్ అని రాసి పెట్టేరు ఒక ఎత్తైన చెట్టుకు.

"ఇదేం, చెట్టు? అన్నాడు మురళి.

"గుగ్గిలం... ఎత్తుగా త్వరగా పెరిగే చెట్లు ఎంచుకుని జాగ్రత్తగా శ్రద్ధగా పెంచారు. మరీ వందేళ్లు కాదుగానీ 30,40 ఏళ్ళు అయి ఉంటుంది ఈ యూనివర్సిటీ కట్టి. ఈ బ్లాకులు అన్నీ చూడు. విశాలంగా దారి పక్కనే చెట్లూ

ఎక్కువ బుద్ధుడి బొమ్మలు. వాటిని చూస్తేనే సగం ప్రశాంతంగా ఉంటుంది." అన్నది విమల.

"చాలా బావుంది. సో! ఇక ఔట్‌డోర్ సమస్యే లేదు.. ఇందాక తీసినవన్నీ జస్ట్ విజువల్స్ కోసమే. మీటింగ్ హాల్‌లో పెద్ద బుద్ధుడి బొమ్మ లొకేషన్ బావుంది కానీ, చాలా ఎత్తుగా ఉంది టాప్." అన్నాడు మురళి.

"బట్ రీసౌండ్... అంత పెద్ద హాల్ కష్టం. ఎక్కడైనా చిన్న రూమ్ అనుకుంటే చాలు. లైటింగ్ చేసేద్దాం." మురళి మాటలకు అడ్డొస్తూ అన్నాడు ఫణి.

"30 మంది ప్రొఫైల్స్ అనుకున్నాం" చెప్పింది విమల.

"ఇంత యూనివర్సిటీలో ముప్పైమందేనా?"

"రెండు వందల మంది వరకూ ఉన్నారు మురళీ, కానీ చాలామంది ప్రాజెక్ట్ రిపోర్ట్‌లే సరిగ్గా లేవు. వాళ్ల డీన్ కే నచ్చలేదట. నన్ను ఇంప్రూవ్ చెయ్యమన్నారు." అన్నది విమల.

"ఔట్ డోర్ అయితే అద్దిరిపోయేది. బయట మార్బుల్ బెంచీలు చూడండి ఎంత నీట్‌గా ఉన్నాయో. అన్నాడు మురళి."

"కార్పొరేట్ కాలేజీలు బ్రదర్. లక్షల్లో డొనేషన్లు తీసుకొని సీట్లు ఇచ్చేవి. ఈ మాత్రం లుక్ లేకుండా ఉంటాయా?"

"ఎడిటింగ్ కూడా ఇక్కడే పెట్టేసుకుంటే బావుండు. చాలా బావున్నాయి రూమ్స్. మన ఎడిట్ సూట్‌లో రెండు డోర్లు ఊడి చచ్చాయి. ఎడిటింగ్ సౌండ్ దుర్భరం. లోపల ఎడిట్ చేస్తూ ఉంటే వీధిలోకి వినిపిస్తోంది. డబ్బుంటే ఎన్ని వంకలు అయినా సరి చేయొచ్చు." అన్నాడు ఫణి.

"రామేశ్వరం వచ్చినా... ఏదో అన్నట్లు. ముందు పని చూడు ఫణీ."

"మేడమ్ అక్కడో పెద్ద బుల్ ఉంది. స్క్రాప్‌తో చేసింది భలే ఉంది ఆ బ్యాక్ డ్రాప్."

"నువ్వో ఒరిజినల్ బుల్‌వి. వాళ్లేదో స్టార్టప్‌ల గురించి చెప్పుకోవాలంటే. దున్న పోతుని వెనకాల నిలబెడతానంటావేరా.." అన్నాడు మురళి.

"ఒరే..! నా జాబ్ ఈ కెమెరా మోయడం. మిగతా వాటికి నాబుర్ర వాడే పని నాకు లేదు. నాకు నచ్చినవి నేను చెప్పుకునే హక్కు నాకుంది." అన్నాడు ఫణి.

మాటల యుద్ధంలోకి దిగబోతున్న ఆ ఇద్దర్నీ ఆపాలని వారించబోయింది

విమల. అంతలోనే "మేడమ్ వచ్చేస్తారా.." అంటూ వచ్చాడు బాలచంద్రన్, ప్రాజెక్ట్ హెడ్.

"బాల చంద్రన్ మీది కేరళ అన్నారు కదా. మీ తెలుగు చాలా బావుందే..." అని నవ్వింది విమల.

"ఇరవయ్యేళ్లయ్యింది వచ్చి. నేనిక్కడే అడ్మిషన్స్ హెడ్‌గా ఉన్నాను. చుట్టుపక్కల పల్లెటూర్లే కదా మేడమ్. ఇంగ్లీష్‌లో ఎవళ్లూ మాట్లాడరు. అట్లా చక్కని తెలుగు నేర్పింది మీవాళ్లే" అన్నాడు బాల చంద్రన్. పూవులు రాలుస్తున్న గుల్మొహర్ చెట్ల కిందుగా నడిచి చివరి హాలు వైపు నడిచారు.

"ఏదో మంచి పూల వాసన.." అన్నది విమల గుండెల నిండా గాలి పీల్చుకుని.

"అదిగోండి ఆ చివర కదంబ వృక్షం, గుండ్రని పూలున్నాయి బంతుల్లాగా. అవే భలేవాసన" అన్నాడు బాలచంద్రన్.

"అవునా..? లక్ష్మీ దేవికి చాలా ఇష్టమైన చెట్టు అంటారు. కదంబ వనవాసినీ అంటూ ఎక్కడో అష్టోత్తరంలో విన్నాను"

"అబ్బో మేడమ్...! చాలా గ్రేట్" అన్నట్లు భుజాలు ఎగరేసాడు ఫణి. కళ్ళెత్తి అతనివైపు చూసింది విమల. ఏమీ లేదు అన్నట్టు తల ఊపాడు ఫణి.

లోపలికి అడుగు పెడుతూనే హాలు నిండా అమ్మాయిలూ, అబ్బాయిలూ. ఎక్కువమంది అమ్మాయిలే కనిపించారు. కాస్త ఎత్తుగా ఉన్న డయాస్. నలుగురైదుగురు కూర్చునేలాగా కుర్చీలు వేసి ఉన్నాయి.

"అక్కడ పైన వద్దండీ, ఇక్కడ పిల్లల ముందు కూర్చుంటాను." అన్నది విమల.

లోపలికి వస్తూనే విమలను అందరూ కుతూహలంగా చూశారు.

చిన్న జరీ అంచుతో నేత చీరె, మేచింగ్ బ్లౌజు, పొట్టిగా కత్తిరించిన జుట్టు ఎలాంటి ఆభరణాలూ లేకుండా ఉంది విమల. గుండ్రని తెల్లని మొఖానికి నల్లని ఫ్రేములో ఉన్న కాస్త పెద్దవిగా ఉన్న అద్దాలు. ముక్కుకి కాస్త ఎక్కువగా మెరుస్తోన్న ఒక స్టోన్ ఉన్న ముక్కు పుడకతో విమల చూడగానే చక్కగా ఉంది అనిపించేలా ఉంది.

స్టూడెంట్స్ ఎదురుగా నిలబడి నవ్వింది విమల.

"ముందుగా నాగురించి చెప్పుకుంటాను"

"మీరు తెలుసు" అన్నారు వెనుకనుంచి ఎవరో...

"అయినా అందరికీ తెలియదు కదా.. జస్ట్ ఫర్ ఎ ఫార్మాలిటీ, పరిచయం

చేసుకోవటం బావుంటుంది." నవ్వి తనని తాను ఇంట్రడ్యూస్ చేసుకుంది.

"నాపేరు విమల, నన్ను వన్ ఛానల్లో చూసే ఉంటారు. బిగ్ స్టోరీ చేస్తాను."

"ఇప్పుడు చేయటం లేదా?" అన్నారు మళ్ళీ ఎవరో.

"లేదు, నన్ను చెప్పనీయండి. అది నా వీక్లీ ప్రోగ్రాం! కాంట్రాక్ట్ లాంటిది. లాక్‌డౌన్‌లో ఛానల్ మూతపడింది. నాకు మీరు భవిష్యత్‌లో స్టార్ట్ చేయబోయేలాంటి ఒక స్టార్టప్ ఉంది. అంతా ఒక యూనిట్. ఒక సిటీ కేబుల్ కంపెనీకి యాడ్స్ చేసి ఇచ్చే ఆఫీస్ అది. అట్లాగే గవర్నమెంట్ ప్రోగ్రామ్స్ కొన్ని ఉన్నాయి. మీ యూనివర్సిటీకి వెబ్‌సైట్ డెవలప్ చేసే ప్రోగ్రాం కొత్తగా తీసుకున్నా. ఇక్కడ బిజినెస్‌లో ఎంతో అనుభవం ఉన్న సీయీఓలూ, బిజినెస్ మాగ్నెట్స్‌తో, మీరు డైరెక్ట్‌గా మాట్లాడేలా కొన్ని ఈవెంట్స్ ప్లాన్ చేస్తాను. అవన్నీ మీకు ఉపయోగ పడతాయి."

"మేడమ్..! ఇంటర్వ్యూ మేమే చేసేట్లయితే ఓకే" మళ్లీ వెనుకనుంచి అమ్మాయి గొంతు వినిపించింది.ఆ మాటతో పాటే చిన్నగా నవ్వులు కూడా.

"మేడమ్.. మీ బిజినెస్ నాకు చాలా నచ్చింది." అన్నది ముందు కూర్చున్న అమ్మాయి. చక్కని చుడీదార్, మెరుస్తూ వేలాడుతున్న వెండి బుట్టలు ఆ అమ్మాయికి చక్కగా అమరాయి.

"నేను కావ్యా మేడమ్" అన్నదా అమ్మాయి.

"బావుంది కావ్యా ఇప్పుడు చెప్పు, నా బిజినెస్ ఎందుకు నచ్చింది?"

"క్రియేటివ్ ఫీల్డ్ కదా మేడం. నాకు లైఫ్‌లో ఎప్పుడూ ఒక మూమెంట్ ఉండాలి. ఫ్రీజ్ అయిఉండడం నాకు నచ్చదు. ఆ చెట్లు గాలికి కదిలినట్లు ఉండాలి."

"అవునా! నిరంతర చలనం బావుంది. నాకు కూడా ఇష్టం. బట్... ఒకటి అర్థం చేసుకోవాలి. నా స్టార్టప్... అదే నా బిజినెస్‌లో నా అనుభవం మాత్రమే పెట్టుబడి. నేను కొన్నేళ్లుగా ఈ ఫీల్డ్‌లో ఉన్నాను, జర్నలిస్టును కనుక పీఆర్ ఎక్కువ. అవకాశాలు పుట్టించుకోగలను. నాకు ఇద్దరు అసిస్టెంట్స్ ఫణి, మురళి. మిస్టర్ బాలచంద్రన్ మీ ప్రొఫైల్స్ షూట్ చేసే బిగ్ ప్రాజెక్ట్ నాకు ఇచ్చారు. ఆయన కొందరికి ప్రాజెక్ట్ విషయంలో సాయం చెయ్యమన్నారు. నేను మీ ప్రెజెంటేషన్స్ అన్నీ చూడాలి. నేను మీకు కొత్తగా తెలిసిన విషయం మళ్ళీ చెబుతాను. ఈ స్టార్టప్ ప్లాన్స్‌ని ఫండ్ రైజింగ్ కోసం ఇన్వెస్టర్ల ముందుకు తెస్తున్నాము. కంటెంట్ చాలా పవర్ఫుల్‌గా ఉండాలి. యూనిక్‌గా ఉండే వీడియో తయారు చేసి ఇవ్వడంలో నేను హెల్ప్ చేస్తాను. ప్రతీ చిన్న విషయం మీరు నాకు షేర్ చేయాలి."

"మేడం మీ ప్రాజెక్ట్స్ అన్నీ చెక్ చేశారు. కొన్నిటిని ఓకే చేశారు. అవి రేపు షూట్ చేద్దామన్నారు." అన్నాడు బాలచంద్రన్.

"నేను ఓ సెట్ డిజైన్ అనుకుంటున్నాను బాలచంద్రన్. ఓపెన్ ప్లేస్‌లో కొన్ని విజువల్స్ తీసుకుంటున్నాను. కొన్ని వాయిస్ ఓవర్ కోసం పెట్టుకోవాలి."

"కానీ! ఇక్కడ సెట్ వేయటం అంటే లేట్ అవుతుందేమో. కష్టం కదా మేడం." అన్నాడు బాలచంద్రన్.

"లేదు చాలా సింపుల్. న్యాయంగా ఇదే సరిపోతుంది. కొంచెం లైటింగ్ వేసి కొన్ని ప్రాపర్టీస్ ఉంటే చాలు" అన్నది విమల.

"ఇక్కడి టేబుల్స్ ఫర్నిచర్ తీసేసి ఇవ్వండి చాలు." అన్నాడు ఫణి.

"టూ డేస్ బాలచంద్రన్. ఈలోగా కొందరిని ఫైనల్ చేసేద్దాం." అన్నది విమల.

"ముఖ్యమైన సంగతి అందరూ వినండి. రేపు నేనో గెస్ట్‌ను ఇన్వైట్ చేశాను. ఆమె మాట్లాడతారు. ఆమెను మీ షూటింగ్ అయ్యాక పిలుద్దాం అనుకున్నా. కానీ, కొంచెం ముందే, వినండి. షి ఈజ్ ప్రభాత, ఇవ్వాళ లీడింగ్ కంపెనీలలో ఆమెది ఒకటి. ఈ సంవత్సరం ఫోర్బ్స్ లిస్ట్‌లో చాలా చిన్న వయసులో సక్సెస్‌ఫుల్ బిజినెస్ చేసిన యంగ్ ఎంటర్‌ప్రిన్యూర్‌గా సెలక్ట్ అయింది. జస్ట్ ఆమె వయసు 28. ఇంకో విశేషం... ఆమె ఈ కాలేజ్ ఓల్డ్‌స్టూడెంట్. ఆమె స్టార్టప్ "లోటస్."

"అరే..! ఆమె మాకు తెలుసు. గూగుల్‌లో చూసాం." ఇద్దరు ముగ్గురు గొంతు ఒకేసారి వినిపించింది.

"మీకు ఇన్స్పిరేషన్‌గా ఉంటుంది ఒకటి, రెండోది ఆమె ప్రజంటేషన్ వింటే మీరు ఎట్లా మాట్లాడాలో ఆమె బాడీ లాంగ్వేజ్, చెప్పే మాటల్లో కాన్ఫిడెన్స్... అన్నీ మీకు ఉపయోగ పడతాయి."

"ఇట్స్ ఎ గుడ్ ఐడియా మేడమ్. ఆమె వస్తే వీళ్లకు ఒక ఎక్స్‌పీరియన్స్‌లాగా ఉంటుంది. చైర్మెన్ సార్‌కి కూడా ఇన్‌ఫార్మ్ చేసాను. ఆయన చాలా సంతోషించారు. బహుశా ఆయనా జాయిన్ అవ్వొచ్చు." అన్నాడు బాల చంద్రన్.

"అన్నీ కరెక్ట్‌గా ఉన్నాయని మీరు ఫైనల్ చేసిన లిస్ట్ ఇవ్వండి. ఒకసారి వాళ్లతో మాట్లాడి.. షూటింగ్ ప్లాన్ చెబుతాను." అన్నది విమల.

"ముందు చైర్మన్ గారు ఫైనల్ చేసిన లిస్ట్ చేయాలి మేడమ్. ముగ్గురు

ఉన్నారు. వివేక్, ప్రద్యుమ్న, శ్రీకాంత్" అన్నాడు బాలచందర్.

"నాకిచ్చిన లిస్ట్‌లో ఆపేర్లు లేవే.. మనం ఆరు సెలక్ట్ చేసాం. నలుగురు అమ్మాయిలు, ఇద్దరు అబ్బాయిలు. వాళ్లవి కదా ముందు."

"ముందు అమ్మాయిలవి వద్దు మేడమ్. వాళ్ళు ఎంతవరకూ స్టార్టప్స్‌ని ముందుకు తీసుకు పోతారో తెలియదు. ఉత్సాహంగా ఉన్నారు. కానీ పేరెంట్స్ పెట్టుబడి పెట్టి సపోర్ట్ చేయరు. ఈ ముగ్గురూ చైర్మెన్ సార్‌కి క్లోజ్. ఆ స్టార్టప్స్ వాళ్ల పేరెంట్స్‌తో కూడా మాట్లాడి ఫైనల్ చేశారు. అవి ముందు రికార్డ్ చేయమన్నారు." అన్నాడు బాలచందర్.

"ఇందాక నన్ను పలకరించిందే కావ్యా, ఆ అమ్మాయి ప్రాజెక్ట్ చూశాను. బెస్ట్ ప్రాజెక్ట్. అసలా కాన్సెప్ట్‌కి ఎవరైనా ఫైనాన్స్ చేస్తారు. ఆ అమ్మాయి ట్రావెల్ ఏజెన్సీ ఎంచుకుంది. యాప్ గురించి పూర్తి సమాచారం ఇచ్చింది. చాలా వర్క్ చేసింది. ఫారిన్ కంట్రీస్‌కి వెళ్ళేవాళ్లకోసం టోటల్ గైడ్ వంటిది. వాళ్ళు ఇక్కడ ప్రయాణం మొదలు పెట్టినప్పటినుంచి, తిరిగి వచ్చేదాకా సమస్తం ఆన్లైన్‌లో అన్ని వివరాలూ ఇవ్వచ్చు. ఆ అమ్మాయి మాస్టర్స్ చేస్తూ కూడా ఈ బిజినెస్ నడుపుతాను అని స్పష్టంగా రాసింది. వాళ్ల మదర్ బ్యాంక్ ఎంప్లాయి, ఆమె గైడ్‌లైన్స్ ఉన్నాయి. ఇందాక ఆ అమ్మాయిని చూశాను. ప్రజంటేషన్ బాగుంటుంది అనుకున్నా."

"అట్లా కాదులే మేడమ్. చైర్మెన్ సార్ ఇచ్చిన లిస్ట్..." అన్నాడు తప్పదన్నట్లు బాలచంద్రన్.

విమల మొహం చూస్తూనే రెండడుగులు ముందుకు వేశాడు ఫణి. "మేడమ్!" అన్నాడు హెచ్చరికలాగా.

నిమిషంలో తేరుకుంది విమల. "సరే వాళ్లని రమ్మనండి నేను మాట్లాడతాను. చేసేద్దాం" అన్నది.

చేతిలో అప్పటి వరకూ పట్టుకున్న ఫైల్ ఫణి చేతికి ఇస్తూ "ష్యూర్ మేడం, నేను మళ్ళీ కలుస్తాను" అన్నాడు బాల చంద్రన్.

"ఎప్పుడూ ఇంతే, ఎప్పటికీ ఇంతే" అనిపించింది విమలకు. వివక్ష అనేది స్పష్టంగా కనిపించదు. ఇదిగో ఇలా ఏదో ఒక వంకన అమ్మాయిల మీద తెలియని బరువు ఉంటూనే ఉంటుంది. ఒక అడుగు వేయటానికి పేరెంట్స్ సందేహిస్తారు, ఇక్కడ వీళ్లూ పట్టించుకోరు. ఎన్నో చేయాలనుకున్న అమ్మాయి కొన్నాళ్లకి ఏ వంట చేస్తూనో, లేదంటే ఏదో ఒక ఆఫీసులో ఎలాంటి ట్రాన్స్ఫర్ లూ ఉండని జాబ్

చేస్తూనో ఉండి పోతుంది. ఒక్క క్షణం నిస్సత్తువగా అనిపించింది విమలకి. బయటకు నడిచి ఒక పక్కగా ఉన్న మొజాయిక్ పరిచిన రాళ్లున్న బల్ల మీద కూర్చుంది. లోపల తన తోటి వాళ్లతో మాట్లాడుతున్న కావ్య కనిపిస్తోంది. ఆ అమ్మాయి కళ్లు మెరుస్తున్నాయి తెలివితో. భుజాల వరకూ పొడుగ్గా వేలాడుతున్న బరువైన లోలాకులు కదులుతోంటే ఆమె మొఖం చక్కగా ఉంది.

"ఎవరితో మొదలు పెడితే ఏముందిలే మేడమ్. ఎలాగూ అందరివీ చేయాలిగా... ఆ ముగ్గురూ చైర్మన్ కాండిడేట్స్, బంధువులు అయ్యి ఉంటారు. చెపుతున్నారు కదా, అంతా ఫైనల్ అయ్యిందని. వాళ్లు తెచ్చే ప్రాజెక్ట్ రిపోర్ట్స్ కూడా ఎవరో చక్కగా చేసి ఇచ్చి ఉంటారు. అంతే కొందరు గోల్డెన్ స్పూన్‌తో పుడతారు. వాళ్లకి ఎలాంటి స్ట్రగుల్‌తో పని లేదు" అన్నాడు మురళి.

విమల మొఖం చూసి నేను ఈ ప్రాజెక్ట్ చేయను అంటుందేమోనని భయం వేసింది అతనికి.

విమల చిరునవ్వు నవ్వింది.

"జీవితం చాలా నేర్పిస్తుంది. అనుభవం ఆక్సెప్ట్ చేయమంటుంది. రోజులు ఒకేలాగా గడుస్తున్నాయి కదా మురళి. సరైన చిన్న మార్పు... ఫ్రెష్ చేసే ఓ కుదుపు వస్తే బావుండు." అన్నది విమల.

"అమ్మో! మరీ మీరేవీ కోరికలు కోరకండి. చెప్పా పెట్టకుండా ఉద్యోగం ఊడింది. అంతకంటే గొప్ప కుదుపు కావాలా? గడిచి పోయిన ఆరు నెలలు తలుచుకుంటేనే భయం వేస్తోంది. ఇంకేం మార్పు మేడమ్." అన్నాడు.

విమల మాట్లాడలేదు.

ఇల్లు గుర్తొచ్చింది. ఇప్పుడు నాన్న హాల్లో నడుస్తూ ఉంటాడేమో. విశాలంగా ఎత్తుగా ఉన్న పెద్ద ఇల్లు, నిశ్శబ్దం నిండిన ఇంటికి వెళ్లి ఇప్పుడు ఏం చేయాలి?

"మేడమ్ మీరు ఫ్రీ ఉంటే నేను కాసేపు మాట్లాడతాను వింటారా మేడం ప్లీజ్." అంటూ వచ్చింది కావ్య.

విమల శరీరంలోకి శక్తి పరుగుతీసినట్లు అనిపించింది.

"రా కూర్చో" అన్నది బల్ల మీద పక్కకు జరిగి కావ్యకు చోటిస్తూ.

3

"**చా**లా బావుంది మేడమ్. సెట్ అంటే ఇంకా చాలా హడావుడిగా అనుకున్నాం." షూట్ లొకేషన్‌ని చూస్తూ అన్నాడు బాల చంద్రన్.

"ఒక్కొక్కళ్ళే కదా మాట్లాడేది. వాళ్లను హైలైట్ చేసేందుకు బావుంటుంది. సెంటర్లో నిలబడితే డైరెక్ట్ లైట్ పడుతుంది. కొంత మాటలు, కొన్ని విజువల్స్ నెక్స్ట్ వాళ్ల కాన్సెప్ట్ సంబంధించిన కొన్ని ఫొటోలు తీసుకుంటాను. వాయిస్ ఓవర్ చేసేందుకు రేడియో స్టేషన్‌లో పనిచేసే మీనాక్షి గారికి ఇద్దామనుకుంటున్నాను." అన్నది విమల.

"ఈ రోజు ప్రభాత వస్తోంది. తన యాప్ గురించి సక్సెస్ ఫుల్ బిజినెస్ గురించి నెరేట్ చేస్తున్నారు. చైర్మన్ గారిని కూడా పిలుస్తానన్నారు."

"మొదలు పెట్టాక వస్తానన్నారు. మీ ఐడియా బావుంది మేడం. పిల్లలకు చాలా ఇన్స్పిరేషన్. కనీసం ఆమెను ఇమిటేట్ చేస్తూ మాట్లాడినా బావుంటుంది. నిన్ననే ఆమె వెబ్‌సైట్‌ని, యాప్‌ని గురించి అందరూ సెర్చ్ చేసి గ్రూప్ డిస్కషన్ పెట్టుకున్నారు ." అన్నాడు.

"మీరు ముందా ప్రోమో చూడండి. మీ యూనివర్సిటీ పేరు వచ్చేలాగా, మై స్టోరీ ఫ్రమ్ ఎస్.ఎస్ ఇంజినీరింగ్ అని చేసా. ప్రోమో మీ యూనివర్సిటీ లోగోతో. అదే బ్యాక్ డ్రాప్‌గా ఉంటుంది. ఒకసారి సెట్ చూడండి ముందు." అన్నది విమల.

"మురళి అంతా ఓకేనా"

మురళి చెయ్యి పైకెత్తి ఓకే అన్నట్టు బొటనవేలు చూపించాడు.

డార్క్‌బ్లాక్ కర్టన్స్ చుట్టూ కవర్ చేశాయి. ఎత్తుగా ఉన్న గుండ్రని వేదిక పైనుంచి సెంటర్లోకి లైట్ పడుతోంది. పైన వేలాడదీసిన బుట్టల వంటి హాంగింగ్స్‌లో చిన్ని ప్రమిదల వంటి లైట్లు వెలుగుతున్నాయి.

ప్రభాత లోపలికి వచ్చింది,

“బాల చంద్రన్...., ప్రభాత.. లోటస్ యాప్ ఓనర్, మీ ఓల్డ్ స్టూడెంట్ గుర్తు పట్టారా?”

బాల చంద్రన్ ముఖం విచ్చుకుంది.

“అయ్యో ప్రభాత తెలియకపోవటమేమిటి మేడమ్.. ఆరేళ్ళయిందా ప్రభాతా. అప్పుడు ఇంత హంగామా ఏం చెయ్యలేదు. తన యాప్ ఆలోచన తీసుకుంది. వాళ్ల సిస్టర్ హెల్ప్ చేశారు” అన్నాడు బాల చంద్రన్.

ప్రభాత ఆయనకు నమస్కారం చేసింది.

“అందరినీ వచ్చేయమనండి ముందు ప్రోగ్రాం మొదలు పెడదాం. రికార్డ్ చేస్తాను. స్టూడెంట్స్ మీరు చాలా కూల్‌గా ఉండండి. సరైన, నచ్చిన విషయం చెబితే క్లాప్స్ కొట్టండి. మీ వైపు కెమెరా ఉంది జాగ్రత్త. కాస్త సీరియస్‌నెస్ మెయింటెయిన్ చెయ్యండి.” అన్నది విమల.

ప్రభాత డయాస్ మీద నిలబడింది.

పక్కనే ఉన్న మానిటర్ ముందు కూర్చుంది విమల. మురళి నోట్ బుక్‌తో సిద్ధంగా కూర్చుని ఉన్నాడు.

లేత వెలుగులో ప్రభాత మొహం మెరుస్తోంది.

“ముక్కు పక్కన షేడ్ కనిపిస్తోంది.“ అన్నది విమల మానిటర్ చూస్తూ.

”కేమ్ అడ్జస్ట్ చేస్తున్నా మేడమ్“ అన్నాడు ఫణి.

స్థిరంగా పడుతున్న లైట్ వెలుగులో ప్రభాత జుట్టు మెరుస్తోంది. చేతిలో పేపర్లలోకి చూస్తూ కళ్ళెత్తిన ప్రభాత మొఖం చూస్తూ ఎంత తెలివైన కళ్ళు.. మొహం..అందుకే ఈమె స్టార్టప్ సక్సెస్ అయ్యింది అనుకుంది విమల.

మైక్ ముందుకొచ్చిన ప్రభాత ఒకసారి అందరి వైపూ తేరి పార చూసింది. తనని తాను కూల్ గా ఉంచుకోవటానికి ప్రయత్నిస్తూ గుడీవినింగ్ ఫ్రెండ్స్ అంటూ మొదలు పెట్టింది. దిసీజ్ ప్రభాత. “లోటస్” నా యాప్. నేనూ ఇక్కడే చదువుకున్నాను. ఇంజినీరింగ్‌లో ఎలక్ట్రానిక్స్ నా మెయిన్. థర్డ్ ఇయర్‌లో నాకీ

యాప్ ఐడియా వచ్చింది. ఆ రోజుకి నేను ఊహించిన స్టార్టప్ ఇన్స్పిరేషన్ మా అక్క. ఆమె ఎకోఫ్రెండ్లీ వస్తువులే ఇష్టపడేది. ఆమె ఇష్టంగా పెట్టుకునే టెర్రకోట జువెల్లరీ చాలా నచ్చేది. ఒకసారి తను కొన్న పట్టు చీరె చూసి నేనెంతో ఆశ్చర్య పోయాను. అది అహింసా పట్టు. మామూలుగా ఒక పట్టు చీర తయారు చేసేందుకు 10,000 పట్టుపురుగులు చంపుతారు. 1990లో ఆంధ్రప్రదేశ్‌కి చెందిన ప్రభుత్వ అధికారి, కుసుమ రాజయ్య 40 సంవత్సరాల తన సెరీ కల్చర్ అనుభవంలో పట్టు పురుగులు చంపకుండా పట్టు తీయవచ్చు అని కనుక్కున్నాడు. అహింసా పట్టు నేశాడు. ఫారిన్ కంట్రీస్‌లో ఈ పట్టుకు చాలా ఆదరణ ఉంది.

మొట్ట మొదటి సారి ఆ చీర పట్టుకుని చూశాక, మిగతా మా ఇంట్లో మా అమ్మ ఎక్కువగా కట్టుకునే పట్టు చీరలు చూస్తే వళ్ళు జలదరించింది. ఎన్నో వేల పురుగుల ప్రాణాలు తీయటం గురించే ఆలోచించేదాన్ని. నేనూ మా అక్కా ఇద్దరం వాడుకునే వస్తువులు అన్నీ, వ్రాసుకునే పెన్, రూమ్‌ఫ్రెష్‌నర్‌తో సహా ఏవీ రసాయనాలు లేనివే ఉండేవి. అక్కకు చాలా పట్టింపు ఉండేది. తను కట్టుకునే చీరల పైన ప్రింట్ కూడా నేచురల్ కలర్సే ఉండేవి. కొంచం ఖరీదు ఉండేవి. కానీ, అవన్నీ ప్రకృతి సహజమైన వాటితో తయారైనవి. అప్పుడు అనుకున్నా. అలాంటి వస్తువులను మార్కెట్ చేయాలి, ప్రమోట్ చేయాలని.

తరువాత అక్కకి అమెరికాలో జాబ్ రావటం, తను అక్కడికి షిఫ్ట్ అయిపోవటం వల్ల కాస్త గ్యాప్ వచ్చింది. కానీ, తనే నన్ను మళ్ళీ ఇన్స్పైర్ చేసింది. తను నాకు సపోర్ట్. రెండు రోజులు సెలవు దొరికినా ఇటు కేరళ, తమిళనాడు, కోల్‌కతా వరకూ తిరిగాను. ఎన్నో బ్రాండ్స్ చూసాను. ఎంతో మందిని కలుసుకున్నాను. మంచి వెబ్‌సైట్ ప్లాన్ చేసాం. ఎన్నో ఉత్పత్తులు అందులో చేరుస్తూ వచ్చాం. అక్క యూఎస్‌లో ఎన్నో ఫ్యాషన్ బ్రాండ్స్‌కి నా వెబ్‌సైట్ ని కలిపింది. వేగన్ ఫ్యాషన్స్‌కు అక్కడ ఎంతో డిమాండ్. ఇప్పుడు నా సైట్‌లో 1570 రకాల ఉత్పత్తులు ప్రమోట్ అవుతున్నాయి.

ప్రభాత చెబుతూ ఉండగానే అందరూ క్లాప్స్ కొట్టారు.

ఇంజినీరింగ్ అయ్యాక యాప్ డెవలప్ చేశాం. ఇప్పుడు ప్రపంచం నలు మూలల నుంచి ఎవరైనా ఎక్కడ ఏ వస్తువునైనా ఆర్డర్ చేయొచ్చు. నా యాప్ "లోటస్" నుంచే ఆ బిజినెస్ అంతా జరుగుతోంది. బాగా రష్ ఉంటుంది. కొన్ని చోట్ల బ్రాంచ్‌లు తెరవాలనుకుంటున్నా." అన్నది ప్రభాత.

ఆమె మెడ చుట్టూ చుట్టుకున్న స్కార్ఫ్ తీసి చూపిస్తూ ఇది లోటస్ సిల్క్. ఈ స్కార్ఫ్ చూడండి ఎంత స్మూత్‌గా ఉందో. అంటూ ముందు వరసలో కూర్చున్న ఒకతని చేతికి ఇచ్చింది.

"దీన్ని కంబోడియాలో తయారు చేశారు. కలువ పూల కాండం నుండి సన్నని దారం తీసి నేసిన స్కార్ఫ్ ఇది. కాంబొడియా, వియత్నామ్‌లలో కొన్ని ప్రాంతాలలో, కొన్ని కుటుంబాలలో మాత్రమే వంశపారంపర్యంగా ఈ నేత కొనసాగుతోంది. ఈ కలువ పట్టుతో ఒక స్కార్ఫ్ తయారు చేసేందుకు రెండు నెలలు పడుతుంది. చాలా స్కిల్‌తో చేయాల్సిన పని. అందుకే ఈ లోటస్ స్కార్ఫ్ ధర పదివేలకంటే ఎక్కువే. మా వెబ్సైట్‌లో గో గ్రీన్ కాన్సెప్ట్ కూడా ప్రమోట్ చేస్తున్నాం. అంటే పైనాపిల్, వెదురు వంటి మొక్కలతో తయారు చేసే నూలుతో బ్యాగ్‌లు, బట్టలు, చెప్పులు కూడా మేము ప్రమోట్ చేసేవాటిలో ట్రెండింగ్‌లో ఉన్నాయి. తమిళనాడు నుంచి అరటి బోదెల నారతో వస్తువులు తయారు చేస్తారు. అక్కడ పుత్తూరునుంచి శేఖర్ అనే ఒకాయన 25 రకాల నారలతో చీర కొంగును తయారు చేసి లిమ్కా బుక్ ఆఫ్ రికార్డ్స్‌లోకి ఎక్కాడు. కోల్‌కతా నుంచి అరుంధతి కుమార్ "వేగాన్ లెదర్"తో బ్యాగులు బెల్టులు, చేస్తున్నారు. ఎకోఫ్రెండ్లీ చీరలున్నాయి. వెదురు సిల్క్ చీరలు చాలా అందంగా ఉంటాయి. అమెరికా, కెనడా, యూకే వారు కూడా వేగాన్ వస్త్రాలు నేస్తున్నారు. ఈ జనరేషన్ వేగాన్ ఫ్యాషన్‌ని అనుసరిస్తోంది.

పట్టు చీరలు, ఎకో ఫ్రెండ్లీ వస్తువులు ఏం కావాలన్నా నా యాప్ లో ఆర్డర్ ఇస్తేచాలు... చప్పట్లతో హాలు మోగి పోయింది.

ప్రభాత అందరికీ నమస్కారం చేసింది.

"ఇక తాను చెప్పాల్సింది అయిపోయిందన్నట్టు తలాడించి. మీకు ఇంకో విషయం చెప్పాలి. యాప్ నాదే, దాన్ని రన్ చేస్తున్నది నేనే అయినా, యాప్ ప్రమోషన్స్‌లో విమలా మేడం సపోర్ట్ చాలా ఉంది. అఫ్కోర్స్ ఇప్పుడు నేను మాట్లాడిన స్పీచ్ కూడా ఆవిడే ప్రిపేర్ చేశారు." విమల వైపు చూస్తూ చిన్నగా నవ్వి తన స్పీచ్ ముగించింది.

మళ్లీ చప్పట్లు మోగించారు స్టూడెంట్స్.

బాల చంద్రన్ స్టేజి దగ్గరకు వచ్చాడు. ఆయన వెనుక చైర్మెన్ గారూ వచ్చారు.

చైర్మన్ నీలకంఠ గారు యూనివర్సిటీ లోగో ఉన్న జ్ఞాపిక ఇస్తూ "కంగ్రాట్స్ ప్రభాత, చాలా రోజులనుంచి నిన్ను చూడాలి అనుకుంటున్నా. ఎక్కడా... ఈ పన్లే

సరిపోతున్నాయి." అంటూ స్టూడెంట్స్ వైపు తిరిగారు.

"ప్రభాత మాటలు విన్నారుగా, చక్కగా ప్లాన్ చేసుకుంది సక్సెస్ అయ్యింది. ఎస్.ఎస్ ఇంజినీరింగ్ కాలేజ్ పేరు నిలబెట్టింది. నాకెంతో సంతోషంగా ఉంది. మీరూ రేపు ఇట్లా చక్కగా మాట్లాడండి. ప్రాజెక్ట్ గురించి చెప్పండి. మనకి ఫైనాన్సర్స్ రావాలి. విమల గారి హెల్ప్ తీసుకోండి . ప్రభాత చెప్పినట్టు ఇప్పటినుంచి విమల గారు మన స్టార్టప్ విభాగానికి కూడా సలహాదారుగా ఉండాలని కోరుకుంటున్నా. ఆమె హెల్ప్ మన పిల్లలకు కావాలి. మేడమ్ మీరూ బాల చంద్రన్‌తో కలసి కొంత సమయం పెట్టండి మాకు. పిల్లలు బాగు పడతారు" అన్నాడు నీలకంఠ.

పిల్లలు మళ్లీ క్లాప్స్ కొట్టేసి సంతోషం ప్రకటించారు. బాలచంద్రన్ సైగలకు కూడా వాళ్ళ చప్పట్లు ఆగలేదు. ఆయన ఆగమని చెయ్యి ఎత్తినప్పుడల్లా మరింత శబ్దాలతో హాల్ దద్దరిల్లింది.

"మా పిల్లలు చాలా ఉత్సాహంగా ఉన్నారు మేడమ్." అన్నాడు నీలకంఠ నవ్వేస్తూ.

4

"వరాల రాజా...మాయ జేశావురా..రాజా..లక్షంటరో..లక్ష.. ఎంకటేశా ఆడి జీతం లక్షంటరా... ఇంకా కారు గూడానే, వరాల రాజా ఇరగ దీశావురా.. ఎరగల సత్తెవా.. నీ దశ దిరిగిందిరా..." పాటలాగా పాడుతూ డాన్స్ చేస్తున్నాడు ఆ మనిషి.

డప్పు మోతలు, కేకలతో లైవ్ వస్తోంది ఫేస్ బుక్ లో లైకులు వచ్చి పడిపోతున్నాయి.

"లోటస్ ది ఫ్రాగ్రెన్స్ ఆఫ్ లైఫ్" సోషల్ మీడియా పేజ్ షేర్ చేసింది ఆ లైవ్‌ని.

చూస్తున్న ప్రభాత ఉలిక్కి పడింది. లోటస్ ఉద్యోగులు సెల్ఫీలు తీసి లైక్ కొడుతూ ఫాలో అవుతున్నారు.

"మేడమ్ ఇట్లా చూడండి కంపెనీ లోగోని ట్యాగ్ చేశారు మన వాళ్లు" అన్నది చిరాగ్గా. ఇద్దరూ ప్రభాత ఆఫీసులో ఆమె క్యాబిన్‌లో ఉన్నారు.

లాప్‌టాప్‌లో చాలా సీరియస్‌గా చూస్తూ నోట్ చేసుకుంటున్న విమల ఇటు తిరిగింది.

"ఏమిటిది?"

"నిన్న రిక్రూట్ చేసిన వరహాల రాజు".

"ఎవరు ఇతను..." వంగి లాప్ టాప్‌లోకి చూసిన విమల అన్నది.

ఫీడ్‌ని టీవీకి కనెక్ట్ చేసింది ప్రభాత. పెద్ద టీవీలో ఒక తోటలో పదిమంది కలసి చేస్తున్న ఒక ఉల్లాసం కనిపిస్తోంది. ఒక పెద్ద వినాయకుడి విగ్రహం ఉన్న

చోట అరుగు పైన నిలబడి ఉన్నాడు రాజు. జరుగుతున్న సందడిని నవ్వు మొహంతో చూస్తున్నాడు. ఎవరో అబ్బాయి అతన్ని కిందకి లాగాడు. అతని చుట్టూ తిరుగుతూ తువ్వాలు కప్పుకొని, తలకు తుండు గుడ్డ చుట్టుకొని ఖాకీ హాఫ్ ప్యాంట్ వేసుకొని ఒక పెద్దాయన.

"అరె" అన్నది విమల అది చూస్తూ.

"ఏంట" అన్నట్టు చూసింది ప్రభాత.

"అది మా ఊరు, కృష్ణా జిల్లా మంచికల పాడు, నువ్వు రాజునా రిక్రూట్ చేసుకున్నావు." అంది విమల. వీడియో అయిపోయి మళ్ళీ రిపీట్ అవుతోంది. టీవీ ఆఫ్ చేసింది ప్రభాత.

"నెల రోజులనుండి నేనూ నాన్నా కలిసి ఫిల్టర్ చేశాం. ఈసారి నాన్న హెల్ప్ అడిగాను. కానీ రాజును తీసుకునే విషయంలో ఆయనకు కోపం వచ్చింది. రాజు ఒకటో తరగతి నుంచి సోషల్ వెల్ఫేర్ హాస్టల్స్‌లోనే పెరిగాడు.. ఐఐటీ చెన్నై. ఐఐఎం బెంగళూరు టాపర్. ఇతన్ని నేను సెలక్ట్ చేసుకుంటే నాన్నకు నచ్చలేదు. ఎరుకల కులం అంటాడు. కానీ ఆ కారణంతో ఇలాంటి క్యాండిడేట్‌ని కాదనుకోవటానికి నాకు మనసు ఒప్పుకోలేదు. అతన్ని రిక్రూట్ చేసుకున్నాను. అది నాన్నకు నచ్చటం లేదు."

ఆ వీడియో వంకే కన్నార్పకుండా చూస్తూ... వాళ్లంతా మా ఊరి ఎరుకల పేట మనుషులే. అది మా వూరు. నే పుట్టి పెరిగిన ఊరు. అట్లాగే.... వదిలేసి వచ్చిన ఊరు కూడా. అది మా ఆయన సుధాకర్ వాళ్ల ఫామ్ హౌస్. ఆ సత్తెన్న అక్కడ వాచ్‌మెన్. అక్కడే ఇరవయ్యేళ్ళుగా ఈ వరహాల రాజు పెరిగింది. సరిగ్గా చెప్పాలంటే. వినాయకుడి బొమ్మ ఉన్న అరుగు ఉంది కదా. ఆ అరుగే వరహాల రాజు నివాసం. వానొస్తే పక్కనే ఉన్న చిన్న గదిలోకి సర్దుకోవాలి. ఆ పిల్లవాడిని పదిహేనేళ్ల పిల్లాడిగా అయ్యేవరకూ చూశాను. చాలా తెలివైన వాడు. ఎప్పుడూ స్టేట్ ఫస్టే. నేను సుధాకర్ తో డైవర్స్ అయ్యి విజయవాడ వచ్చేశాక మళ్ళీ వాణ్ని చూడలేదు.

"ఆ ఫామ్ హౌస్ సుధాకర్ గారిదా? వదిలేసి వచ్చారంటే..." అడగాలా వద్దా అన్న సందేహంలోనే తాను అడగాలనుకున్న విషయం అడిగేసింది ప్రభాత.

నవ్వింది విమల..

"ఎట్లాగూ ఎప్పుడో ఒకప్పుడు చెప్పాల్సిందే అనుకో... ఆ ఫామ్ హౌస్ నా

భర్త సుధాకర్‌ది. అది మా ఊరు, మా పుట్టిల్లు కూడా అక్కడే. సుధాకర్ వాళ్ళు బంధువులే మాకు. ఆ ఫాం హౌస్ ఉన్న ప్లేస్ లో మేమిద్దరం ఒకప్పుడు కాపురం చేసిన ఇల్లు ఉండేది. తరువాత సుధాకర్ కన్‌స్ట్రక్షన్స్‌లోకి వెళ్ళాక ఆ ఇల్లు తీసేసి తోట, ఈ ఫామ్ కట్టారు. నృత్య గణపతి పెట్టిన పెద్ద అరుగు చూసి, చుట్టూ మంచి చెట్లు మల్లె తీగలు పాకించిన పందిళ్ళు. చాలా బావుంటుంది. తోటకు అందంలాగా.

"హ్మ్..! బోలెడన్ని డౌట్స్.. మరి మన సీయీవో అట్లా రికార్డింగ్ డాన్స్ చెయ్యొచ్చా?" అంది ప్రభాత.

నవ్వింది విమల.

"రాజు చెయ్యలేదుగా, అదంతా సత్తెన్న క్రెడిట్. చాలా బాగా పాడతాడు, డప్పు కొడతాడు.. జానపదాలు బాగా పాడతాడు."

"ఆ కేకలు, గంతులు చూడండి. నిన్న మన ఆఫీస్‌లో అస్సలు మాటలే రానట్టు ఉన్నాడు. ఎరకల సత్తెయ్యా అని కేకలేమిటీ."

"మరి నెల రోజులనుంచి ఫిల్టర్ చేసిన దానివి అతని కులం చూడలేదా?"

నవ్వింది ప్రభాత...

"మీరేమంటారోననీ"

"నేనేమంటాను, లైక్స్ చూస్తున్నా... పది నిమిషాల్లో రెండు వేలు దాటాయి. మన స్టాఫ్ మొత్తం ఫేస్‌బుక్‌లో మునిగి పోయారు.

"దిస్ ఈజ్ ప్రభు, మార్కెటింగ్, లవ్యూ సర్"

"దిస్ ఈజ్ వేణు, ఎకౌంట్స్ సర్.. కంగ్రాట్స్" వరుసగా లోటస్ ఎంప్లాయిస్ కామెంట్స్ చేస్తూనే ఉన్నారు.

"చాలా రోజుల తరవాత ఆ తోట చూశాను, రాజును కూడా."

"అవునూ ఎందుకు చూడలేదు?"

"మా అమ్మ వాళ్ళు అక్కడ ఇల్లు అమ్మేసి ఇటు విజయవాడలో కట్టారు కొత్తగా. నేనూ వాళ్లతోనే ఉన్నా..

పలకరించేంత చనువు రాజుతో లేదు. పైగా నేనూ సుధాకర్ బాగా గొడవల్లో ఉన్నాం. రాజు వాళ్ల నాన్న బాగా తెలుసు. ఫామ్‌హౌస్ గార్డెన్ బాగా డెవలప్ చేసినప్పుడు, సుధాకర్ నేనూ కలిసే ఉన్నాం. మద్ది గుగ్గిలం, అత్తి, మామిడి,

పనస చాలా పండ్ల మొక్కలు ఎక్కడెక్కడినుంచో తెప్పించాడు. తిరుపతిలో ఆయుర్వేదం కాలేజ్ డీన్‌గా ఉన్న రావు గారు సుధాకర్ బెస్ట్ ఫ్రెండ్స్. ఆయన డిజైన్ చేశారు తోటలో ఏ చెట్టు ఎక్కడ వేయాలో. ఒక్క దోమ కూడా రాకుండా, పురుగులు చేరకుండా ఎన్నో ఔషధ మొక్కలు వేశారు. అప్పుడే సత్యం పిల్లాడిని తీసుకొని వచ్చాడు. వాడికి అయిదేళ్లుంటాయి. ఆ తరవాత హాస్టళ్లలో పెరిగాడు."

"ఇప్పుడు మీరు ఆ ఊరు వెళ్లరా?"

"వెళ్లలేను, అక్కడ ఇంకెవరు ఉన్నారు. అమ్మా నాన్నా ఇల్లు అమ్మేసి వచ్చేసారు కదా. సుధాకర్‌తో డైవోర్స్ అయ్యాక ఆయన బెంగళూర్‌లో సెటిల్ అయ్యాడు. రవళీ కన్‌స్ట్రక్షన్స్ ఆయనదే. బెంగళూర్‌లో పెద్ద పేరున్న కన్‌స్ట్రక్షన్స్ కంపెనీల్లో ఆయనదీ ఒకటి. "

ప్రభాత ఫోన్ మోగింది. ఒక్క నిమిషం అన్నట్టు విమలకి సైగ చేస్తూ ఫోన్ లిఫ్ట్ చేసింది.

"ఆ నాన్నా" అంది ప్రభాత.

"నేను నిన్ననే హెచ్చరించాను. ఆ ప్రొఫైల్ చూడు ఇంకోసారి అని. వాడు కరెక్ట్ కాదు. చూశావా ఆ కేకలు, వాళ్ల నాన్న అరుపులు అవతారం." అన్నాడు ప్రవీణ్.

"ప్లీజ్ నాన్నా" అన్నది ప్రభాత.

"అసలీ బిజినెస్సే వద్దన్నా... ఆ సీయీవో వద్దన్నా ఒక్క మాట విన్నావా నువ్వు? కల్చర్ డిఫరెన్సెస్ వస్తాయి ప్రభాతా. నువ్వు వినటం లేదు. వాడు కంపెనీలోకి ఏం తీసుకువస్తున్నాడో చూస్తున్నావుగా. ఏదీ మీ మేడమ్ అక్కడే ఉన్నారా?"

"ఆ నాన్నా.. ఫోన్ ఇస్తున్నా" అంది ప్రభాత.

"మా నాన్న" అంది తలకొట్టుకొని అబ్బా అని అర్థం వచ్చేలా మొహం పెట్టి.

"ఏమండీ విమల గారూ, ఇందాక మీతో మాట్లాడుతున్నప్పుడే ఈ సీయీవో అతన్ని గురించి చెప్పాలనుకున్నా... ఇప్పుడు చూస్తున్నారుగా ఆ వీరంగాలు" అన్నాడు ప్రవీణ్.

"చూశాను ప్రవీణ్ గారూ, వాళ్ల ఫ్యామిలీ నాకు బాగా తెలుసు. ఇందాక ప్రభాత చెబుతుంటే తెలీలేదుగానీ, ఈ వీడియో చూస్తుంటే అర్థం అయ్యింది. అది మా ఊరే, ఫామ్‌హౌస్‌లో ఉంటారు వాళ్ళు." అంది విమల.

"సరి పోయింది. ఇంక నేనేం చెప్తాను." అంటూ ఫోన్ పెట్టేశాడు ప్రవీణ్.

"మీ నాన్నగారికి కోపం వచ్చినట్టుంది. ఫోన్ పెట్టేశారు. " అంది విమల.

తల ఊపింది ప్రభాత.

"ఇంటికి పోతే నాకు క్లాస్ ఉంటుందిప్పుడు. ఆయన్ని ఒప్పించే పని నేను పెట్టుకోను. ఇది నా కంపెనీ, నా డెషిషన్ ఇది." అన్నది ప్రభాత.

విమల ఆ అమ్మాయి మొహంలోకి చూసింది. ఇదే తెగింపు ఒకప్పుడైతే సాహసంగా అనిపించేది. ఒక అమ్మాయి ఇది నా కంపెనీ, నా డెసిషన్ అనటం మామూలు విషయం కాదు. జనరేషన్ మార్పు స్పష్టంగా కనిపిస్తోంది. ప్రభాత వైపు మెచ్చుకోలుగా చూసింది.

ప్రభాత మళ్ళీ వీడియో చూసింది. మురళి వాయిస్తున్న రమేష్‌ను, అరుగు పైన నిర్లిప్తంగా కూర్చున్న రాజును క్లోజప్‌లోనూ, లాంగ్‌షాట్‌లోనూ చూసింది.

"మొదట్లో ఇంటర్వ్యూకి వచ్చినప్పుడు చూడగానే ఇంప్రేసివ్ ఫేస్ అనుకున్నా.. చాలా పొలైట్‌గా ఉన్నాడు. మంచి ప్రజంటేషన్, అసలు నాన్నకెందుకు ఏదీ నచ్చదో అర్థం కాదు." అన్నది ప్రభాత.

ప్రభాత మాటలు వింటూనే సత్యాన్ని చూస్తోంది. కాయకష్టం చేసేవాళ్లకు ఉండే సాధారణమైన మొహం. పల్చబడి మొహమ్మీదకు వాలిన జుట్టు. సన్నగా పొడుగ్గా ఉన్న దేహం. ఖాకీ రంగు నిక్కరు, నల్లని టీ షర్ట్‌లో ఉన్నాడు. సంతోషంతో నవ్వు పొంగి పొంగి వస్తోంది. పక్కనే అరుగు మీద కూర్చున్నాడు రాజు. నలిగిపోయిన చొక్కా, ప్యాంటు. మొఖం పైన పడుతోన్న నల్లని ఉంగరాల జుట్టు అర మూసిన కళ్ళతో చూడ చక్కని మొహం.

పక్కన ఉన్న ఫైల్‌లో అతని బయో డేటా చూస్తూ..." జూలై ఇరవై ఏడు సరిగ్గా నా వయసే" అనుకుంది ప్రభాత. వెయ్యికి పైగా కామెంట్లు, చెన్నై, బెంగుళూర్, హైదరాబాద్ నుంచి ఎందరో, వరహాల రాజుకి కాంప్లిమెంట్లు ఇస్తున్నారు. లవ్ సింబల్స్ ఎగురుతున్నాయి వీడియోలోకి.

"ఏమిటి ఆలోచిస్తున్నావు ప్రభాతా?" అన్నది విమల. "ఏమీ లేదు..మా నాన్న ఏ కారణంతో వరహాల రాజుని తిరస్కరించారు? అసలు నేను కరెక్టే చేశానా అనిపిస్తోంది. ఏమాత్రం తేడా వచ్చినా మా నాన్న ముందు నేను తలవంచుకొని నిలబడాలి. అది ఎంత మాత్రం నాకు ఇష్టం లేదు. మేడమ్ ఏమీ అనుకోకపోతే ఒక మాట అడగనా?"

"అడుగు"

"మీరు మరోలా అనుకోవద్దు. నిజంగా కులాన్ని బట్టి ప్రవర్తన ఉంటుందా? పుట్టిన కులం మన ఆలోచనలని కంట్రోల్ చేసేలా జీన్స్ ఏమైనా ఉంటాయా?"

ప్రభాత మొహంలోకి చూసింది విమల నిజంగానే తెలియకనే అడుగుతోందా? అన్నట్టు.

"ఏదైనా భవిష్యత్ నిర్ణయిస్తుంది. మనం ఎదురుచూడాలంతే ప్రభాతా. మధ్యాహ్నం నీకేం పని లేకపోతే మా ఇంటికి పోదామా..?"

"ష్యూర్, భలే పిలుస్తారు మీరు. ఇప్పుడు ఇంటికి పోయి మా నాన్న చేతికి చిక్కాలా అని ఆలోచిస్తున్నా. ఆయనకి రాజు అస్సలు నచ్చలేదు. ఇప్పుడాయనకు రాజు కులం, వాళ్ల నాన్న ఇంకాస్త నచ్చకుండా పోయారు. ఎంత విసిగిస్తారో తెలుసా? నాకస్సలు ఏమీ తెలియదనే అనుకుంటారు. అంటారు కూడా... పదండి, దార్లో ఏదైనా తినేసి పోదామా" అంది ప్రభాత.

"వద్దు ఇంట్లో ఆశ ఉంటుంది, ఏదైనా చేసే ఉంటుంది. చాలా బాగా చేస్తుంది."

"మనం చెప్పా పెట్టకుండా వెళ్తే కష్టం కదా ఆమెకు" అంది ప్రభాత.

"మా నాన్నా, నేనూ, నాన్న హెల్పర్. ఆశా వాళ్లాయన తోట ఇళ్లు చూస్తాడు. అందరికీ కలిపి వంట చేస్తుంది. ఏదో కొంచం ఉండకుండా ఉండదు." అంది విమల.

"రైట్.. పదండి" అంటూ నడిచింది ప్రభాత.

5

ఎండ మామూలుగానే ఉన్నా, ఉక్కపోత మాత్రం గట్టిగానే ఉంది. బద్ధకంగా కదులుతున్నాయి తోటలో ఉన్న చెట్లు. బాదం చెట్టు మీద కూచున్న పిట్ట వింతగా అరుస్తోంది. దానికి సమాధానంగా మరెక్కడో ఇంకో కూత వినబడుతోంది.

ఆ ఇంట్లో ఇద్దరు మనుషులు తిరుగుతున్న దానికి గుర్తుగా తీగ మీద ఆరేసిన బట్టలు, ఓ పాత సైకిలూ ఓ ఆర్ట్ సినిమా సెట్టింగ్ లాంటి దృశ్యం.

"నాన్నా నువ్వూ నాతో రారాదు." అన్నాడు వరహాల రాజు. స్టవ్ పైన అన్నం ఉడుకుతోంది, కర్రీ పాయింట్ నుంచి తెచ్చిన కూరలు తీసి గిన్నెల్లో వేస్తున్నాడు రాజు.

"ఆ సిటీలో నేను ఇమడలేను. నాకు అవ్వదు లేరా అబ్బాయ్. నీకు ఆఫీసూ అదీ ఉంటుంది. నాకు వొక్కన్నే ఉంటే తోసదు. ఇక్కడంటే అలవాటైంది కదయ్యా. ఎప్పుడో రాక ఏం జేస్తాన్లే కానీ, అప్పటిదాకా ఈన్నే ఉండనీ నన్ను. సరే ఆ ఇషయం పక్కన్న బెట్టుగానీ ఏందీ, రమేసు వస్తానన్నాడా రాడా తిండికి" అన్నాడు సత్యం.

"వస్తాడు"

"సరే నువ్వు నీళ్లు పోసుకొని రాపా, నేను ఇయ్యన్నీ అరుగు మీదికి తెస్తా" అన్నాడు సత్యం. అతని మాట పూర్తవుతుండగానే... సైకిల్ బెల్ మోగిస్తూ,

"ఏరోయ్, ఏంజేత్తాన్నారు" బయటి నుంచే కేకేశాడు రమేష్.

"అదో వచ్చేసినట్టున్నాడు. ఈ సాప పరుపు ఆడ అరుగు మీదకి తీసుకుపా.. నేనొస్తున్నా" అన్నాడు సత్యం.

"ఒక్క నిమిషంలో వస్తా" అన్నాడు రాజు తీగ పైన వేసిన టవల్ తీసుకుని.

రమేష్, లోపలికి రాగానే భోజనం సామాగ్రి అంతా గదిలోంచి చెట్టుకింద ఉన్న అరుగు మీదికి చేర్చారు.

స్నానం చేసి తల తుడుచుకుంటూ వచ్చాడు రాజు.

"ఇంటికి రాగానే అదేంటో మనసు శాంతిగా ఇక్కడే బాగున్నట్టు ఉంటుందిరా". అన్నాడు రాజు.

"కాదా, ఇదే అరుగు మీద 23ఏళ్ల మట్టీ కూర్చున్నావు, పడుకున్నావు, సదూకున్నావు, అన్నం తిన్నావు. మరి నీకు అలవాటైన చోటు కదా.." అన్నాడు సత్యం.

టవల్ నేల పైన పరిచి దానిపైన పడుకున్నాడు రాజు.

ఎత్తైన ఫ్లాట్‌ఫామ్ మధ్యలో ఇంకాస్త ఎత్తున కట్టిన వేదిక పైన వినాయకుడు చుట్టూ పొగడ చెట్ల నీడలు. ఒక్కో పువ్వూ రాలి వినాయకుడి పైనుంచి జారుతున్నాయి.

"ఇప్పుడు చెప్పురా ఏంటీ నీ ప్లాను? విజయవాడలో ఉంటమేగా?" అన్నాడు రమేష్.

"అదీ.. ఈన వస్తానంటేనే రమేష్. లేదా రోజూ అప్ అండ్ డౌన్."

"ప్రతి రోజూ కష్టం కదరా"

"ఏదైనా ఓ పూట ఉండాల్సి వస్తే అక్కడ ఉండేందుకు గదో ఏదో తీసుకోవాల. ఇంక ప్లాన్ లేమీ లేవు."

"నాకేం తోచుబాటు అవుద్దారా?" అన్నాడు సత్యం కూర గిన్నెల మూతలు తీసి చూస్తూ.

"పెద్దగా ఆకలి కావటంలా. నిన్న నువ్వు తెచ్చిన మిఠాయిలే కడుపునిండా ఉన్నాయి." అన్నాడు సత్యం.

"తిందాంలే కాసేపాగి. ఎట్టా ఉందిరా ఆఫీస్" అన్నాడు రమేష్.

"ఆఫీస్ బావుంది, యాభై మంది దాకా స్టాఫ్ ఉన్నారు. యాప్ చాలా బావుందిరా రమేష్. ఎంత బిజినెస్ నడుస్తోందో నువ్వు ఊహించలేవు. రీటైల్ సేల్స్ రోజుకి లక్షల్లో ఉంటాయి. ఫ్యాషన్ ఇండస్ట్రీ కదా చాలా బాగా మూవ్ అవుతోంది."

"ఏం అమ్ముతారు అందుట్లో?"

"కీ చెయిన్ల దగ్గరనుంచీ మేకప్ కిట్స్ వరకూ, అందులో లేనివి ఏముంటాయి.. అన్నీ ఎకో ఫ్రెండ్లీ. అరటి పైనాపిల్ జనపనార ఎన్నో మొక్కలు వాడినవి వాడుకోగా మిగిలిన వ్యర్థాలతో నేస్తారురా బట్టలు. అసలు ఇన్ని రకాల ముడిసరుకు ఉంది కదా రేపు ఫ్యూచర్లో పత్తితోనే నేతనెయ్యాలి అనే కాన్సెప్ట్ పోయినా ఆశ్చర్యం లేదు. చెరుకు పిప్పితోకూడా చీరలు నేస్తారు తెలుసా.. జూట్ కాటన్ సిల్క్‌లో మిక్స్ చేసిన వెరైటీస్ చాలా బాగా సేల్ అవుతాయి. ఫ్యాషన్ బ్రాండ్స్, వేగన్ జీన్స్, షూస్ అసలదంతా ఇంకో ప్రపంచం అనిపించింది. నాకు చాలా నచ్చిందిరా.జాబ్ అప్లై చేసే ముందరే పూర్తిగా ఈ కాన్సెప్ట్ స్టడీ చేసాను. ఇప్పటికే బెస్ట్‌గా ఉంది. ఇంకా ఫ్యూచర్ ఉంటుంది." అన్నాడు రాజు.

"ఇంకా మార్కెటింగ్‌కు స్కోప్ ఉంది. ఫేస్‌బుక్ ఇన్‌స్టాలోనే బ్రహ్మాండమైన బుకింగ్స్ ఉన్నాయి."

సత్యం ప్లేట్లు తెచ్చాడు.

"నాన్నా నువ్వే అన్నీ చేయాలంటావు. తూలుతున్నావ్ చూడు, పడిపోతున్నావు."

"మీ నాన్నకు తాగేందుకు పెద్ద కారణాలు అవసరమారా? కోపమొచ్చినా సంతోషం వచ్చినా ఏడుపొచ్చినా ఏదొచ్చినా తాగాలి. "

'కొంచివే" అన్నాడు సత్యం నవ్వి. తాగిన మత్తు నిఠారుగా నిలబడనివ్వక పోయినా.. చేసే పనిలో మాత్రం ఎక్కడా తేడారాదు. ఇరవయ్యేళ్ళుగా అలవాటైన జీవితం అది.

"మా నాన్ననాతో వస్తే బాగుంటుంది రా. ఇప్పటిదాకా నేను ఉన్నానా. కంపెనీ గెస్ట్ హౌస్‌లో ఉండొచ్చు. ఇల్లు వెతికేదాకా. గెస్ట్‌హౌస్ కూడా చాలా బావుంది. మంచి తోట ఉంది. నాన్నకు కొత్త లేకుండా ఉంటుంది." అన్నాడు రాజు.

"నే(్రానను లేరా రాజు. నాకిక్కడ అలవాటుగా ఉంది. రమేష్, సీతా వాళ్లుంటరు. కొత్త సోటు ఎందుకు లేరా." మళ్ళీ తన పాట మొదలు పెట్టాడు సత్యం.

"నాల్రోజులు నాన్నా.. మళ్లీ వచ్చేద్దాం" ఆదివారం ఇక్కడ ఉందాం సరేనా?' అన్నాడు రాజు.

తిన్న గిన్నెలు పక్కన పెట్టి నేల పైన పడుకున్నారు ముగ్గురు. నిశ్శబ్దంగా ఉన్న తోటలో గాలి మెల్లగా తిరుగుతోంది. ఒక్కొక్క ఆకునీ, పూవునీ తాకుతూ వాళ్ల చుట్టూ గిరికీలు కొడుతోంది. పూల సువాసన మత్తు తెస్తోంది.

"ఈళ్లమ్మ పోయినంక, అప్పుడెంతరా... రెండేళ్ల పిల్లోడు ఈడు." సత్యం

ఏడుపు గొంతుతో మొదలు పెట్టేడు. అది అతనికి రోజూ తలుచుకునే విషయమే. మళ్ళీ మళ్ళీ ఆ పాత జ్ఞాపకాన్ని తవ్వి తవ్వి చూసుకుంటూనే ఉంటాడతను. జీవితమంతా ఎన్ని కష్టాలు వచ్చినా ఎవరినీ కారణం చేసి నిందించకుండా. అలా తనకు తానే ఓదార్చుకుంటూ ఉండి పోతాడు. సత్యం చెప్పే కథ రమేష్‌కీ, రాజుకీ కొత్తది కాదు, ఎప్పుడూ వింటూ వచ్చిందే.

"ఇంక మళ్ళీ మొదటి కాన్నుంచీ ఇనాలిరా నీ కథ... తాగితే సాలు ఇయ్యన్నీ సెప్పుకొస్తాడు." లేచి కూచుని, నేల మీద రాలిన పుల్లని తీసుకొని పళ్ల మధ్య పెట్టుకుంటూ అన్నాడు రమేష్.

రాజు నవ్వేడు "నువ్వు చెప్పు నాన్నా" అన్నాడు. అలా చెప్పుకోవటం సత్యానికి చాలా అవసరం అన్న విషయాన్ని గమనించాడు రాజు. గడిచిన జీవితాన్ని అలా తవ్వుకోవటంలో అతనికేదో సాంత్వన దొరుకుతోంది అనిపించింది. అందుకే సత్యం ఎప్పుడు తన కథ చెప్పినా వద్దనడు, అడిగి మరీ చెప్పించుకుంటాడు.

"ఇరవయ్యేళ్లు గడిచి పాయె. ఇంకా ఆ రోజు నిన్ననో మొన్ననో అన్నట్టు ఉంటాది. వొంటి మీది దెబ్బ సలుపుతున్నట్టే ఉంటాది. అయ్యాలపెదకాపు పొలానికి మిరపపుళ్లు కోసేందుకు ఎళ్లాం రా... ఆళ్ల పిల్ల కాళ్లకి పెట్టుకునే అందెలు పట్టేసి గుచ్చుతున్నాయి అని గోల పెడితే, తీసి ఆళ్ల అన్నం టిఫిన్లో ఏసిందట కాపు పెళ్లాం. అయ్యేడనో పోయినయి. రెండేళ్ల పిల్లోడు నా వరాల రాజు, నేను ఆరోజు, తిన్న గిన్నెలు, పొలానికి బోయినం తెచ్చిన దబరా గిన్నెలు అన్నీ ఆళ్ల బండి మీదే ఏసినా. ఇళ్లకు చేరుకున్నాం, వొంటి అలసట తీరేలా స్నానం చేద్దామని కుండలో నీళ్లు పొయ్యి మీద బెట్టుకున్నా. అకాడికి వరాలరాజు తల్లి సచ్చిబొయ్యి సంవత్సరమైపాయె.

అప్పుడొచ్చారాళ్లు, ఇంటికి బొయ్యాక టిఫిన్ లేదు. నువ్వే తీసావని ఇంటికొచ్చి లాక్కు పోయ్యార్రా సావీ... ఆ రోజు నే తిన్న దెబ్బలు ఇయ్యాల్టికీ మంటలొస్తాయి. అయ్యా నా బిడ్డమీద వొట్టు నేనే పాపమెరగను సావీ అని కాళ్ల మీద బడ్డా కనికరించలా. ఎరకలోడివి ఏడకి బోతాయి బుద్దులు అని గొడ్లని కట్టేసే మోకుతో వొళ్లు సిట్లగొట్టినారు. గొడ్ల సావిడి పక్కనే నన్ను కట్టేసినారు. తెల్లారు ఝామున టిఫినీ వచ్చేదారిలో పడిపోయి కనిపించిందని ఎవుడో రైతు తీసుకొచ్చి ఇచ్చాడు. వస్తువు కనబడలేదంటే యాన్నో పడి ఉండచ్చన్న ఆలోచనకంటే ఎరకలోడు ఎత్తుకుపోతాడన్న ఆలోచనే ముందుగా వచ్చెనే వాళ్ళకు." సత్యం గొంతుకేదో అడ్డు పడ్డట్టు ఆగిపోయాడు. రాజు తండ్రి భుజం చుట్టూ చెయ్యేసాడు. గొంతుకడ్డం పడ్డ

కత్తేదో తెగినట్టు బయట పడింది దుఃఖం... వెక్కిళ్లు పెట్టి మరీ ఏడుస్తున్న సత్యాన్ని చూసి రమేషు కూడా దగ్గరకు వచ్చి భుజం పట్టుకు నొక్కాడు. ఊకో మావా. ఊరుకో"

స్థిమిత పడ్డాడు సత్యం. కానీ మాట్లాడడం మాత్రం కొనసాగించాడు. "ఆ పొద్దు నాకేదో దెయ్యం వొదిలినట్టనిపించింది. ఆ ఊళ్లో ఉంటే నాదే కాదు, నా కొడుకుదీ అదే బతుకు. కులానికి గుణాన్ని అంటగట్టే మనుషుల దగ్గర నా పిల్లోడు గూడా ఇంకో దొంగ ముద్రలో బతకొద్దనుకున్నా. గుడిసెలో దీపం కూడా ఆర్పకుండా.. ఎరకలి పేట వొదిలి. బిడ్డని భుజానేసుకొని వచ్చేసిన"

"నన్ను పిల్లోడిగా ఉన్నప్పటినుంచీ సూసిన వాళ్లే, అల్ల సాకిరీ సేసిన వాణ్ని నన్ను నమ్మలే. అప్పటికే సీతోళ్లు ఇదిగో ఈ రమేష్‌గాన్ని తీసుకొని ఇక్కడ తోట పనికి వచ్చారు వాళ్ల ఊర్నుంచి. ఎకాయెకిని ఇక్కడకొచ్చిన. ఈయ్యిగో ఈ మొక్కలు అప్పటికి ఇంతింతున్నాయి. ఇంకంతే అయ్యాలనుంచి ఈ ఇల్లుదాటి బయటికి రాలేదురా రాజూ. మనుషులంటే అదోమాదిరి భయం నాకు." వర్షం వెలిసినట్టుగా, వాతావరణం తెరిపిన పడింది, సత్యం మనసులాగే ఆ సాయంత్రం తేలికపడుతోంది. మెల్లగా పక్కకు జరిగి పక్కనున్న స్థంబానికి ఆనుకుని కూర్చుని శూన్యంలోకి చూస్తున్న తండ్రిని చూస్తే నీడతో యుద్ధం చేస్తున్న యోధుడిలా అనిపించాడు. నిజమే... కులం అనే నీడని మోస్తూ తిరిగే మనుషులని ప్రత్యక్షంగా ఎదుర్కోలేక, తనని తాను స్వాంతన పరుచుకునే మార్గంగా ఇలా తాగటాన్ని ఎంచుకున్నాడతను. కొన్ని అనుభవాలముందు లాజిక్స్ పని చేయవు. సత్యం లాంటి వాళ్లకి తాగటం వ్యసనం కావటానికి ముందు అవసరం అయ్యింది. తప్పనీ, వద్దనీ ఏమీ చెప్పలేని నిస్సహాయ స్థితి అది.

వాతావరణం గంభీరంగా అనిపించింది రమేషుకి. "ఎన్ని సార్లు ఈ సందమామ కథ ఇంటావురా, అది మర్చి పోవాల్సిన కథ, ఎప్పుడూ గుర్తుకు కూడా రానంతగా మరవాల్సిన కథ రాజు" అన్నాడు రమేష్.

నిజంగా చందమామ కథే రమేషూ. కంచికి వెళ్ళని కథ. కొన్ని బతుకుల్ని వెంటాడుతూ వచ్చే పీడకల. ఇందులోంచి మా నాన్న ఎట్లా బయట పడతాడా అని ఆలోచిస్తా, బయటపడాలంటే ఏం చేయాలో కూడా అర్థం కాదు. ఆ జ్ఞాపకాలన్నీ ఆయనలో ఇంకిపోయాయి."అన్నాడు వరహాల రాజు.

"ఎప్పటి మాటో లేరా రాజూ, నువ్వు విజయవాడ ఎళదాం అంటే

గుర్తొచ్చింటదిలే... పాత నెప్పి లాంటి కథని మీ నాయిన గుర్తు చేసుకోవడం, నువ్వు కథ గుర్తు మాసి పోయేలాగా చేస్తాననటం నాకు భలే విచిత్రంగా ఉంటుందిరా" అని సత్యం వైపుకి తిరిగి ఏం మామా! కొడుకు మంచి ఉద్యోగంలో జేరినాడు, ఉషారుగా ఉండల్ల గానీ, ఏందీ కాటిసీను పద్యాలు పాడే మాదిరి ఏడుపులు" అన్నాడు రమేష్.

"ఏదో అట్లా గుర్తొచ్చింది లేరా, ఈన్ని సూసినప్పుడల్లా ఆనాడు వాళ్లు నన్ను లాక్కెళతా ఉంటే అయ్యా, అయ్యా అని ఏడుస్తూ పరుగెత్తుకు వచ్చిందే గుర్తొస్తుంది." అన్నాడు సత్యం. ఏడుపు గొంతుతో.

"ఇదుగో నువ్ మళ్ళీ ఏడుపులు మొదలు పెట్టకు. చాతనైతే ఏదైనా పాట పాడు పోనీ. ఏవీ సేతుర లింగా పాడు మావా" అన్నాడు రమేష్.

"గంగనున్నా చేప కప్పా ఎంగిలంటున్నాయి లింగా

మా లింగ మూర్తీ, మా దేవ శంభో" అప్పటిదాకా బేలగా మాట్లాడిన సత్యం గొంతే గాలి మొత్తాన్ని సానబెట్టి నునుపుదేరుస్తున్నట్టు పాడుతుంటే... తోట మొత్తం వాళ్ళనే చూస్తున్నట్టుగా అయిపోయింది. చుట్టు ఉన్న చెట్ల ఆకులు కదలకుండా పాట వింటున్నట్లు ఉంది. పొగడ పూల వాన కురుస్తోంది అరుగు మీద. మబ్బుల మధ్యనుంచి దారి చేసుకొని కదులు తున్న చంద్రుడిని చూస్తూ...

"దొంగ అనిపించుకోవడం చాలా కష్టం కదరా" అన్నాడు వరహాల రాజు.

"మనుషుల్ని గబాల్న దొంగల్ని చేసే మాట నోట్లోంచి ఎట్లా వస్తాదో? ఎవడినేనా నువ్వు దొంగవి రా అని ఆధారం లేకుండా అనేస్తారా...?" మనసులో అనుకుంటున్నట్టు పైకే అన్నాడు రమేష్.

"ఆధారం లేకపోవటం ఏమిటి? కులం ఉందిగా ఎరుకలోడూ, యానాదోడూ, నక్కలోడూ దొంగోడేగా అందరికీ.." పైకి అనబోయి ఆగిపోయాడు రాజు. దొంగలకి కులం ఉండకపోవచ్చు కానీ, కులానికి దొంగతనం అంటగట్టే మనుషులు మాత్రం ఉన్నారు. వీళ్లనుంచి తప్పించుకు పోవటానికేనా చదువుని ఎక్కువగా ప్రేమించాను? మనదస్సులు కానే కాని, మనకస్సలు చోటే లేని, గట్టిగా తలెత్తి చూడనే లేని, నోట్లోంచి మాట పెగలని చోటుకి నేనెందుకు వెళ్ళాను.. "సార్! నమస్తే సార్" అన్న పిలుపు నిరంతరం వినబడే చోట నేను ఎలా నిలబడగలిగాను? ఏమిటీ మాయ... దీనికి ఈ అరుగే సాక్ష్యం. సంవత్సరాల తరబడి నే గొంతెత్తి చదివిన చదువే సాక్ష్యం..చదువు..తపస్సులా చదువు..నాకేదన్నా ఇవ్వవూ !... అని ఎవర్నో ప్రార్థించినట్లు చదువు. వరహాల రాజు మొకం పైన చిరు నవ్వు మెరిసింది. చల్లగా బుగ్గ మీద పడి మెడమీదికి జారుతోన్న బుల్లి పొగడ పువ్వుని చేత్తో తీసుకున్నాడు. మూసిన గుప్పిట్లో కమ్మని సువాసన.

6

"మీ ఇల్లు చాలా అందంగా ఉంది" అన్నది ప్రభాత.

చుట్టూ తోట ఉన్న పెద్ద ఇల్లు ఎక్కడా ఆకులు లేకుండా నీట్‌గా ఉన్నాయి పరిసరాలు. ఎత్తుగా పెరిగిన చెట్ల నీడలు పడని చోట చక్కని పూల మొక్కలున్నాయి.

"చాలా బాగా డిజైన్ చేశారు" మెచ్చుకుంటున్నట్టు అంది.

"మా నాన్న, తాత అందరూ రైతులే కదా. ఒక ఎకరం పొలంలో మా నాన్న పసుపు దగ్గర నుంచీ పచ్చి మిరపకాయల దాకా అన్ని రకాల కూరగాయలూ పండించే వాడు. ఎక్కడెక్కడి నుంచో మంచి మామిడి పండ్ల చెట్లు తెప్పించి వేసాడు. మా ఊర్లో ఇరవయ్యెకరాల పొలంలో లేని పండ్ల చెట్టు లేదు. ఆయనకు పనస పండు చాలా ఇష్టం. ఇక్కడ వేశాడు. ఇవాళే మంచి పండు కోశారు. నీకు వాసన రావట్లే.. " అంది విమల.

"అవునా, ఏదో తియ్యని వాసన."

హాలు చాలా విశాలంగా ఉంది. హాలు చుట్టూ కూర్చునే గట్టులాగా కట్టారు. ఒక వైపు గోడకు అద్దాల తలుపులున్నాయి! అవతలి వైపు తోట కనిపించేట్టు. పనస, జామ, నిమ్మ, మామిడి చెట్లున్నాయి. కూర్చునేందుకు రాతి బెంచీలున్నాయి.

అద్దాల్లోంచి చూస్తూ అంది ప్రభాత "చాలా పెద్ద తోట, అవునూ ! ఇంత పెద్ద హాలు.. చాలా ఎత్తుగా పైఅంతస్తు కూడా కలుపుకొని కట్టినట్లు ఉంది కదా. అంతా ఖాళీగా ఉంది. ఫర్నిచర్ లేకుండా"

'మా నాన్న ఇల్లు అంతా తిరుగుతాడు. ఎవ్వళ్లనీ పట్టుకోనివ్వడు. పడిపోతాడని

నేనే హ్యాంగర్లు, రాతి బెంచీలూ కట్టించా. కాసేపాగు మాటి మాటికీ గదిలోంచి బయటికి వచ్చి ఈ హాలు మొత్తం చుట్టేస్తాడు."

ఈ పాలరాతి నేల పైన ఆ రాళ్లగట్టు అందం తినేసింది."

"అందం ఏవిటీ, మా నాన్న పడిపోడూ... ఏ అడ్డం లేకుండా ఉంటేనే హాయిగా తిరుగుతాడు. తూగు వస్తే గబాలున కూర్చుంటాడు. పెద్దవాడవలా, 80 ఏళ్లు దాటాయి. ఇక్కడ మంచి రోజ్‌వుడ్ ఫర్నిచర్ ఉండేది. పైకి షిఫ్ట్ చేశాను" అన్నది విమల.

ప్రభాత ఆశ్చర్యంగా చూస్తోంది... తమ ఇంట్లోనూ నాయనమ్మా తాతయ్యా ఉంటారు. అంత విశాలమైన ఇంట్లో ఒక గదిలో. అటాచ్డ్ బాత్రూం, టీవీ, సోఫా అన్ని వసతులూ ఉంటాయి. వాళ్లిద్దరూ ఆ గది దాటి వచ్చి బయట హాల్లో కూర్చోరు. వాళ్ల రూములోంచి బయటకు ఒక వరండాలోకి ఒక తలుపు ఉంటుంది. అక్కడే కాసేపు వెళ్లి కూచుంటారు. పర్మనెంటుగా ఓ హెల్పర్. అమ్మా నాన్న వాళ్లతో కబుర్లు చెబుతూ ఎప్పుడూ ఉండరు. తనసలు ఎప్పుడూ పలకరించదు. నాయనమ్మే ఎప్పుడన్నా... 'ఇట్లా రావే కాసేపు కూర్చో' అంటుంది కానీ, తనే.... బయటికి వెళ్తున్నా నానమ్మా.. కాస్త పని ఉంది అంటుంది. అంతే ఆమె ఏమీ మాట్లాడదు.

ఎందుకో ఆపుకోలేని నిట్టూర్పు వచ్చింది ప్రభాతకు.

"మీరు గ్రేట్ అండీ, మీ ఫాదర్ కోసం ఇంత మంచి ఇల్లు ఇలా రూపు రేఖలు మార్చేసారు."

"ఇది నాది కాదు కదా ప్రభాతా.. మా అమ్మానాన్నదే. ఇందులో నాది రూపాయి లేదు. మా అమ్మకు పూర్తిగా పొలం ఇల్లే లోకం, ఆవిడ పోయేదాకా ఎప్పుడు ఖాళీగా లేదు. కూలీలతో పాటు ఎప్పుడు పొలంలోనే మా నాన్నా అంతే. ఇది వాళ్లు కట్టుకున్నదే. నేను కూతుర్ని గనుక, నాకు ఇల్లు లేదు గనుక, ముఖ్యంగా మా అన్న అమెరికా కనుక ఎవళ్లూ లేరు కనుక ఇక్కడ ఉన్నాన్నేను. రేపొద్దున మా అన్న ఈ ఇల్లు అమ్మితే నేను బయటికి నడవాలి."

"అదేంటీ మీకేం లేదా?"

"లేదు. నాకు పెళ్ళి చేశాడు కదా, నేనా పెళ్లి నిలుపుకోలేదు. అందుకే నాకేవీ లేవు. ఇది మా అన్నదే. ఇదే కాదు మా నాన్న పొలం, ఆస్థి అన్నీ ఆయనవే. మా నాన్నకు అల్జిమర్స్, ఏవీ గుర్తు లేదు. మా అమ్మ పోయి రెండేళ్లు వాళ్లను నేనేం అడగలేదు. ముందు కూర్చో, రా ఇట్లా." అన్నది విమల.

అద్దాల తలుపులున్న చివరలో..అందమైన రోజ్ వుడ్ ఫర్నిచర్ ఉంది. అద్దాల్లోంచి పక్కన పాకిన మాలతీలత కనిపిస్తోంది. గిన్నెల వంటి గుత్తుల పూలు గాలికి ఊగుతున్నాయి. విమల చేతిలో జ్యూస్ గ్లాస్‌తో వచ్చింది. "నువ్వు సందేహం లేకుండా తాగొచ్చు, ఈ జ్యూస్ మా తోటలో పండ్లదే"

ఫ్రిజ్ డోర్ తీయగానే బాక్స్‌లో కోసి పెట్టిన పండ్ల ముక్కలు కనిపిస్తున్నాయి. పక్కనే ఎత్తుగా ఉన్న షెల్ఫ్‌లో గ్లాసులున్నాయి.

"ఇవన్నీ మా నాన్న ఆకలేసినా తీయలేడు. ఆయనకి ఏవీ అర్థం కావు. కానీ తీసి చేతికి ఇస్తే చాలా పండ్లు తినగలడు. తోటలో పండిన పండ్లే. మామూలు భోజనం. రైస్, కూరలూ కావాలి." అన్నది విమల.

విమల ఇచ్చిన జ్యూస్ తాగుతూ "ఏం జ్యూస్ ఇదీ తియ్యగా, పుల్లగా ఎప్పుడో తాగినట్టు ఉంది" అన్నది ప్రభాత.

"అది తియ్యని లెమన్ జ్యూస్. పండ్లే తియ్యగా ఉన్నాయి. సిట్రస్ ఫ్రూట్ కదా కాస్త పులుపు తగుల్తోంది. బోలెడన్ని కొత్తరకాల పండ్లు పండించాడు మా నాన్న." అన్నది విమల.

"ఇంట్లో ఉండే ముసలాయన కోసం ఇన్ని ఏర్పాట్లా అనుకున్నాను కానీ, మీ నాన్న చాలా గ్రేట్. నేను మా ఇంట్లో, ఫ్రెండ్స్ ఇళ్లలో చూస్తా కదా.. ఎవ్వరూ ఇంట్లో ముసలాళ్ల పైన ఇంత ఎఫర్ట్ పెట్టలేదు. మీరు ఎట్లాగైనా గ్రేట్" అన్నది మెచ్చుకోలుగా.

"నాదేం ఉంది, టూ ఇయర్స్ బ్యాక్ మా అమ్మ పోయేవరకూ నాకు కిచెన్‌కి దారి ఎటో కూడా తెలియదు. డెబ్బయ్ అయిదేళ్లు ఆమెకు, నా పైన చాలా ఎంపతీ ఉంది. కానీ బయటపడేది కాదు. మొగుడ్ని వదిలేసింది అని మా చుట్టాల్లో ఆవిడ పరువు పోయిందని కోపం పెట్టుకుంది. మంచిగా ఉండేది. అరిసెలు, బూరెలూ అన్నీ పాతరకం వంటలే, కానీ నేనిట్లా ఉండేందుకు ఆవిడే కృషి చేసింది" అన్నది విమల.

ప్రభాత నవ్వింది. పొడుగ్గా ఉండటం వల్ల అనిపించటం లేదుగానీ విమల బొద్దుగానే ఉంది.

"ఇంట్లో మీరు ఇద్దరేనా?"

అవును, నేనూ నాన్నా. సందేహాలు వద్దులే కానీ, ఎటూ అనుకోకుండా సందర్భం వచ్చింది నా గురించి చెప్పుకునేందుకు. రాజు వాళ్ల ఊరు చూశావు

కదా అదే మా నాన్నా అమ్మది కూడా. అక్కడ తోటా ఇల్లూ సుధాకరే కట్టాడు, తర్వాత డైవోర్స్ అయి ఇటు వచ్చాను. మా అమ్మా నాన్నా కూడా ఇక్కడ ఇల్లు కట్టుకొని వచ్చేసారు. ఈ ఇల్లు కట్టేటప్పుడు మా అన్న అమెరికా ప్రస్తావన లేదు. ఒక వేళ ఆయన యూఎస్ వెళ్లక పోతే కట్టేవాళ్లు కాదేమో. అన్నయ్య చుట్టూనే వాళ్ల ఆలోచనలు ఉండేవి. ఆడపిల్ల అంటే పెళ్లయ్యాక భర్త ఆస్థి అని వాళ్ల ఉద్దేశ్యం. సుధాకర్ వాళ్లకీ అదే లెక్క అనుకో."

"అవును.. ఇప్పుడు వరహాల రాజు కులంతో పాటు వాళ్ల నాన్న వాళ్ల ఊరు అన్నీ తెలిసి ఉంటాయి. వీడియో చూసాడు కదా ఇందాక. ఇలాంటివాడు నీ సీయీవోనా అని పట్టుకుంటాడు. నాకేమిటి? అతను మంచి మేనేజర్ అవుతాడని నమ్మకం. ఇంటర్వ్యూ కోసం వస్తూ పూర్తిగా సైట్ స్టడీ చేశాడు, రేపేం చేయాలో అతనో కరెక్ట్ గ్రాఫ్‌తో వచ్చాడు. పైగా అతనికి ఈ బిజినెస్ నచ్చింది. "అందుకే హార్డ్ వర్క్ చేశా" అన్నాడు. "నాకు చాలా ధైర్యం అనిపించింది అతని మాటలు వింటూంటే. బిజినెస్ కొంత కాలం గడిచాక ఏదో ఎక్కడో ఆగినట్లు, స్లో అయినట్లు అనిపించింది. దానికో పుష్ ఇవ్వాలి కదా. అతను సరిగ్గా ఇదే చెప్పాడు. కానీ నాన్నేంటో అతని క్యాస్ట్, అతని ఫైనాన్షియల్ స్టేటస్ అట్టడుగున ఉంది అని మొదలు పెట్టేడు."

"మనం మారం. ప్రపంచం ముందుకు పోయింది అంటాం కానీ. కొన్నింటిని ఈ సమాజం మారకుండా దాచి తీసుకొస్తోంది ప్రభాతా. ఈ ప్రపంచం ఒకళ్లని ఒప్పుకోవాలంటే వాళ్ల చుట్టూ అప్పటికే ఉన్న లేయర్లని వలుచుకోవాలి.

కులం..మతం..జెండర్..డబ్బు, పాలిటిక్స్ చాలా ఉన్నాయ్ కదా .."

"జెండర్ దేముంది మేమ్, ఇప్పుడు మనిద్దరం ఆడవాళ్లం. మనల్ని ఎవరు ఆపగలరు?" అంటూనే నవ్వేసింది ప్రభాత.

విమల నవ్వుతూ చూసింది.

"మేడమ్ మీరు జెండర్ అనంగానే, కొట్టి పారేసాను కానీ, మా ఇంట్లో నేను యాప్ డిజైన్ చేసుకొని వ్యాపారంలోకి దిగేస్తానని ప్రకటించాక మా నాన్న పైసా పెట్టుబడి పెట్టేందుకు ముందుకు రాలేదు. అప్పటికే యూఎస్‌లో సెటిల్ అయిన అక్క ముందుకు వచ్చింది. నాకు డబ్బు అరెంజ్ చేసింది, యాప్ తయరు చేశాం. మళ్లీ మా అన్నకోసం మా నాన్న ఎంత ఎఫర్ట్ పెట్టాడంటే, వాడు చదువులో జీరో. కార్పొరేట్ కాలేజీలో.. బోలెడంత డబ్బు పెట్టి ఎన్నో ట్యూషన్స్. అంత దాకా ఎందుకు,

ఇంజినీరింగ్‌లో మొత్తం సబ్జెక్టులు తప్పాడు వాడు. నా అనుమానం., డబ్బే వాడ్ని పాస్ చేయించింది. మొత్తం బిజినెస్ వాడిదే. ఇప్పుడు మాల్ దీవుల్లో ఉన్నాడు. లక్షలు ఖర్చయినా అదంతా ఆయన ముద్దుగా ప్రచారం చేసుకుంటాడు. ఫ్రెండ్స్‌తో తిరగటం కోసం అంత అవసరమా అంటే ఇప్పుడే కదా కాస్త తెరిపిగా ఉండేది. రేపు బిజినెస్ వాడేగా చూసుకోవాలి" అంటాడు.

"పోనీ నీకు బిజినెస్ ఇంట్రెస్ట్ కదా మన బిజినెస్ చూసుకో అనలేదు. అసలు నువ్వెక్కడ చేస్తావు, హాయిగా పెళ్లి చేసుకొని సుఖంగా ఉండక... అని సాధింపు. టాటా మాన్యుఫాక్చరింగ్ ఆటోలు ఆంధ్రాకి ఫ్రాంచైజి ఆయనదే. గుంటూరు, మంగళగిరిల్లో ఆయనకు షోరూమ్స్ ఉన్నాయి. ఉదయం నుంచి షో రూమ్‌ల చుట్టూనే ఉంటాడు నాన్న. అన్న ఓ గంట కూర్చుంటే గొప్ప. కానీ ఇంత బిజినెస్ చూస్తూ కూడా నా పైన పెట్టుబడి పెట్టలేదు."

"చాలా తిరిగావ్ కదా.. సౌత్, నార్త్ మొత్తం. అప్పుడు ఏమీ అనలేదా?"

"పిచ్చి మేమ్..! నేనూ అమ్మా గుళ్లకీ గోపురాలకీ అని వెళ్లాం. నా బిజినెస్ కోసం అని నాన్నకి తెలిస్తే... ఇంట్లో రణరంగం అయ్యేది. అట్లా మొత్తం ఎకో ఫ్రెండ్లీ వస్తువుల మానుఫాక్చరింగ్ సెంటర్స్ మొత్తం తిరిగాము. సైట్లో పెట్టినవి అప్పటివే! చూశారుగా. మా అమ్మ చాలా భయపడేది. అక్క చాలా డబ్బు ఇచ్చింది. బహుశా తన సంపాదన అంతా."

"తను అమెరికా లో ఉంటుందా?"

"ఆరేళ్ల క్రితమే వెళ్లింది. అదో కథ. అక్కకు మ్యారేజ్ సెటిల్ అయ్యింది తన ఎంబిఎ అయ్యాక. ఎంగేజ్ మెంట్ అయ్యాక, అక్క ఫేస్ బుక్‌లో ఆమె ఫ్రెండ్స్‌తో దిగిన ఫొటోల్లో ఎక్కువ మంది అబ్బాయిలు ఉండటం గురించి పెళ్లికొడుకుతో సహా ఆరాలు తీసారట. అప్పుడు కట్నం ఇంకొంచెం ఇస్తే సర్దుకుంటాం అన్నారట. అక్క చాలా ఏడ్చి ఆపెళ్లి క్యాన్సెల్ చేయించింది. సరిగ్గా అదే టైంలో తనకు జాబ్ వచ్చింది. కొంచెం మార్పులా ఉంటుందని నాన్న ఏం అనలేదు. అక్కడే సెటిల్ అయ్యింది. మైకేల్‌ని పెళ్లి చేసుకుంది. అతను ఫేస్‌బుక్‌లో టాప్ జాబ్‌లో ఉన్నాడు. గొడవలు అయ్యాయి. కానీ, సర్దుకున్నారు. నా యాప్‌కి వాళ్ల సంపాదన మొత్తం ఇచ్చారు."

"గ్రేట్! నీ ఫీల్డ్‌వర్క్ కూడా బావుంది ప్రభాతా. ఫండ్ రైజింగ్ కోసం చూడక పోయినా ఈ యాప్ సక్సెస్ అయ్యేదే. నీ వెబ్‌సైట్ చూసాకదా వేరీ నైస్. ఇన్‌ఫర్‌మేటివ్."

"చాలా తొందరగా వ్యూయర్స్ పెరిగారు. ఊహించలేనంత రెస్పాన్స్. ఇప్పుడు మనం పబ్లిసిటీ కూడా పెంచాం..మొదట్లోనే వైరల్ అయ్యింది మొత్తం సైట్ ఇన్స్టాగ్రాంలో. అప్పుడు చూశాడు మా నాన్న నా సైట్‌ని. 38 శాతం కంజ్యూమర్స్ మన వస్తువులు కొంటున్నారు. ఇంత బిగ్ స్పాన్ నేనే ఊహించలేదు. ఫ్యాషన్ ఇండస్ట్రీ మంచి మార్కులు కొట్టేసింది. దానికే ఎక్కువ మార్కెట్."

"కరోనా కూడా నీకు మేలు చేసినట్టే ప్రభాతా. ఈ రెండేళ్లలో అన్నీ ప్రకృతి సహజమైనవే కొనేవాళ్ల రష్ ఎక్కువైంది...చూశావా."

"మా నాన్న ఏమంటున్నాడంటే ఇప్పుడు దీనికో మార్కెటింగ్ హెడ్‌ని తెచ్చుకుని అతనికి నన్నిచ్చి పెళ్లి చేస్తే నేను ఇంట్లో కూర్చుని పిల్లల్ని కనొచ్చు. అతను బిజినెస్ పెంచుతాడు అని నూరిపోస్తున్నాడు. ఎట్లా ఉందో చూడండి. నా బ్రెయిన్ చైల్డ్ ఈ బిజినెస్. దాన్ని వాడెవడికో ఇచ్చి నేను ఇంట్లో కూర్చోవాలా? ఎందుక్కూర్చుంటాను?. అవును ఇందాక మీరు చెబుతూ ఉంటే మధ్యలో ఎటో పోయాం. మీరు అప్పుడు జాబ్ మానేసారా?"

విమల దీర్ఘంగా ప్రభాత వైపు చూసింది కాసేపు.

"అంతే కదా ప్రభాతా. ఇంట్లో బయటా మన కెరీర్‌కి అడ్డం వచ్చేది మనం ఆడవాళ్లం కావటమే. వాళ్ల బాధ్యత పెళ్ళి చేసి పంపాలి అని పెద్దవాళ్ళు నమ్మటమే. నువ్వు పదిశాతం స్వేచ్ఛగా ఉండే ఆడవాళ్ల సంగతి కాస్త అవతల పెట్టు. నేను 90 శాతం గురించి చెబుతున్నా. మా ఇంట్లో వాళ్లకి నేను చేసే ఉద్యోగం ఎందుకు నచ్చలేదు అంటే.. మా ఇంట్లో అప్పటి వరకూ ఉన్న వాతావరణం మా అత్తయ్య, మా మామగారికి అటుపుల్ల ఇటు పెట్టే అవసరం లేనంతగా అమర్చి పెట్టేది. అలా విశ్రాంతిగా ఉండటం ఆయన ధర్మం, హక్కు అని ఆవిడా, ఆయనా ఇద్దరూ నమ్మారు. అట్లాగే సుధాకర్ బెంగుళూర్ వెళ్లాలి. ఇంట్లో అతనికి బాధ్యతలు వద్దు. పిల్ల ఉంది మరెవరు చూడాలి అంటే నేనూ. పిల్ల పని ఇంటి పని నేనే చూడాలి. అని ఇంట్లో అంతా సహజంగా నిర్ణయించారు. కానీ అప్పటికే ఉద్యోగం నాకో ప్యాషన్. నేను రాసే వృత్తీ , నా పేరూ, నా కెరీర్ నాకు చాలా ముఖ్యం అనిపించింది. అందుకే జాబ్ వదలనన్నాను. ఇంట్లో నిరంతరం గొడవలు. పిల్లని అడ్డం పెట్టి నేను జాబ్ మానేయాలనేవాళ్లు. పుట్టింట్లో వదిలేసి వెళ్లేదాన్ని. కొన్నాళ్లకి మా అమ్మ కనిపెట్టింది, ఆవిడ ఉద్దేశంలో నేను పిల్లని తనకు వదిలేసి కాపురం పాడుచేసుకుంటున్నానని. ఆవిడ కాళ్ళూ చేతులూ వెనక్కి లాక్కుంది. మా అత్తగారు ఆ పిల్లని తీసుకొని కొడుకుతో బెంగుళూరు ప్రయాణం కట్టింది. ఎవరికోసం వస్తావ్... వస్తే రా..

కాపురం ఉంటుంది. లేకపోతే పో, నువ్ కాకపోతే ఇంకో ఆమె వస్తుంది అనేదాకా పోయారు వాళ్లు. సుధాకర్‌కు అప్పుడే బెంగుళూర్‌లో పెద్ద వర్క్ అలాట్ అయ్యింది. దాంతో అందరూ వెళ్లారు. మా వూళ్లో వాళ్లతో ఆ ఉద్యోగం వదలకపోవడానికి ఆవిడకు ఏం కారణమో అన్న మాట ప్రచారం చేశారు. మా అమ్మ హడలి పోయింది. వాళ్లతో రాయబారాలు నడిపేది. ఆ వీక్ పాయింట్ పట్టుకున్నారు సుధాకర్ వాళ్లు. నాకు ఎవ్వరితోనో సంబంధాలు ఉండబట్టే ఊరు, ఉద్యోగం వదిలి రానంటున్నానని కన్ఫర్మ్ చేశారు. నోటీసులు వచ్చాయి. చాలా తేలికగా డైవోర్స్ అయిపోయింది.

ఇద్దరం ఒకే ఊరువాళ్లం. బంధుత్వం. ఆడదానికి ఇంత పంతమా అనేమాట వచ్చింది. ఇటు ఆఫీసులో ఆ గొడవలు, నేను విజయవాడ రెసిడెంట్ ఎడిటర్ గా ఉండేదాన్ని. ఈ డైవర్స్ విషయంలో కొన్ని సార్లు సెలవులు అవసరం అయ్యాయి. ఎడిటర్ కి ఇదంతా తెలుసు, నా సమర్ధత కూడా. అయినా అవకాశం తీసుకున్నారు. సెలవులు పెట్టడం మూలంగా నీకు బాధ్యతలు ఎక్కువ. నీకుండే పర్సనల్ ప్రాబ్లమ్స్ దృష్ట్యా టాప్ పొజిషన్ లో తీసుకోవాల్సిన నిర్ణయాల విషయంలో కన్ఫ్యూజ్ అవుతావు. మీరు ఫలానా పేజీలు తీసుకోండి. రెసిడెంట్ ఎడిటర్ గా ఇంకెవరన్నా వస్తారులే. కొంత కాలం మిమ్మల్ని రిలాక్స్ అవమంటున్నాం అన్నారు.

"అన్యాయం కదా మేడమ్"

"ఇందులో న్యాయాన్యాయాల ప్రశ్న లేదు. ఇదొక భావజాలం. ఆడవాళ్లు కాస్త ప్రత్యేకం. "అన్నట్లు ఉంటుంది. కానీ మనసులో వేరేగా ఉంటుంది అభిప్రాయం. కేశవ మూర్తిగారని మా ఎడిటర్ ఆయన సాంప్రదాయ బ్రాహ్మిణ్. ఇంట్లో భార్య తండ్రి యజ్ఞాలు, యాగాలు చేశారట. భార్య ఆమె అన్నగారు పూజలుపునస్కారాల్లో మునిగి పోయి ఉంటారట. వాళ్ల అన్న అయితే సన్యసించాలనుకున్నాట్ట. ఆఫీసు వాళ్లం అందరం ఆమె నోచే వ్రతాలు, పూజలూ పేరంటాలకి పోయేవాళ్లం. అక్కడ పండూ తాంబూలం పుచ్చుకునే ఆడవాళ్ల పైన ఎలాంటి అభిప్రాయం ఉండాలో సరిగ్గా అదే ఉండేది ఆయనకు. నేను పొలిటికల్ కాలమ్స్ రాయటం ఆయనకు నచ్చేది కాదు. పైకి చెప్పడు కానీ, ఆయనకు రూలింగ్ పార్టీతో మంచి సంబంధ బాంధవ్యాలు ఉండేవి. ఎడిటోరియల్స్ కూడా చదివి వినిపించేంతగా ఆయనకి నెట్వర్క్ ఉండేది. మా పేపర్‌కు ఫైనాన్సర్ రూలింగ్ పార్టీ మనిషే. కానీ, పట్టించుకుని చదివే తీరిక ఆయనకి లేదు. కేశవ మూర్తి నన్ను నెమ్మదిగా నా పొజిషన్ నుంచి తప్పించేందుకు శ్రద్ధ పెట్టాడు. ఆయన హైదరాబాదులో ఉండటం వల్ల నేను రెసిడెంట్

ఎడిటర్‌గా విజయవాడలో ఉన్నా. నేను రాసేవి మెయిన్‌లో రావడం ఆగిపోయాయి. విజయవాడను కేవలం అడ్వర్టైజ్మెంట్స్ కోసం అన్నట్టు మార్చేసారు. ఇటు యానం వరకూ మా పేపర్ వెళ్ళేది. అప్పుడే నా లైఫ్‌లో ఈ సంఘర్షణ మొదలైంది. నేను పత్రికలో మొదటి స్థానం నుంచి కిందికి జారాను. అలాగని జీవితం పైన నా పట్టుని ఒదులుకోలేదు నేను. అందరూ ఇలాగే ఉంటారా అంటే ఉండరు. ప్రయారిటీలు మనిషి మనిషికీ మారి పోతాయి. నాకు వచ్చిన ఇబ్బందులు ఇంకెవరికైనా వస్తే, పోనీ ఇంకేమైనా భర్తతో సమస్యలు వస్తే భర్త సంపాదన పైన ఆధార పడిన ఆడవాళ్లు కుటుంబాన్ని ధిక్కరించి, తమకు జరిగేది అన్యాయం అని తెలిసినా ఎక్కడికి వెళ్తారు? సర్దుకు పోతారు. మాది ఆర్థిక సమస్య కాదు. సెల్ఫ్ రెస్పెక్ట్‌కి సంబంధించిన సమస్య. నా ఉద్యోగాన్ని అంగీకరిస్తే పిల్ల బాధ్యత నాకు సమస్య కాదు. ఇక్కడ మనమాట ఎందుకు వినరు అన్నది ఇంకో సమస్య. సుధాకర్ కు, నాకూ, పిల్లకూ ప్రత్యేకించి ఎలాంటి కష్టాలు లేవు. ఒకళ్ళకి ఒకళ్లం కాకుండా పోయాం అంటే ఏమిటి చెప్పు?".

"మరి పాపాయి మీరు లేకుండా కష్టమే కదా మేడమ్"

"ఇదేదో ప్లాన్ చేసింది కాదు ప్రభాతా. ఇలా జరుగుతూ వచ్చింది. చదువుకున్నాను, ఉద్యోగం చేస్తూ కుటుంబానికి ఆధారంగా ఉన్నాను... కనీసం మూడేళ్లు. అప్పట్లో సుధాకర్ కాస్త సర్దుకున్నాడు. తర్వాత తన బిజినెస్ బాగుంది. ఇక నేను తన మాట వింటూనే ఉండాలి. భార్య అంటే భర్తను అనుసరించేది కదా అనుకున్నాడు. ఆ జీవితంతో సర్దుకోలేను అనుకున్నాను నేను. నాకు ఎంతో శక్తి ఉంది. జీవితానికో గమ్యం ఉంది. ఆదర్శం ఉంది, ఇష్టం ఉంది. దాన్ని వదులుకోలేక పోయాను. నాకు సొంత ఇష్టమంటూ ఉండకూడదా?"

కళ్లు పెద్దవి చేసి చూస్తోంది ప్రభాత. ఆమెకి అంతా గందరగోళంగా ఉంది. ఇప్పటికే తనకు ఉన్న అడ్డంకులతో పోల్చుకుంటే విమల జనరేషన్ ఇంకెంతగా పోరాడాల్సి వచ్చిందో అర్థమైంది. స్ట్రగుల్ అనేది నిరంతరం జరుగుతూనే ఉంటుంది, నువ్వు గివప్ చేయటమే ఓటమి అని ఎవరో చెబుతున్నట్టు అనిపించింది. ఆలాగే ఆలోచనల్లో ఉన్న ప్రభాతని చూసింది విమల.

"నిన్ను అనవసరంగా బాధ పెట్టాను ఈ గొడవలు చెప్పి"

"ఇప్పుడు మా ఇంట్లో ఒక డ్రామా నడవడం లేదా మేడమ్" అన్నది ప్రభాత.

"రాజు కులం, తెలిసి అతని బ్యాక్‌డ్రాప్ చూసి అప్సెట్ అయ్యాడు మా

నాన్న. నన్ను తినేస్తాడు ఇప్పుడు." అన్నది ప్రభాత.

లోపలినుంచి... లుంగీ, చేతుల బనీను వేసుకున్న ఒక పెద్దాయన బయటికి వచ్చాడు. గోడ వెంట నడవటం మొదలు పెట్టాడు. చుట్టూ ఎవరున్నారో పట్టించుకోకుండా. చేతిలో టవల్ పట్టుకొని ఇంకొక అతను వచ్చి అరుగు పైన కూర్చున్నాడు ముసలాయన వెళుతున్న వైపే చూస్తూ.

"ఆయనే మా నాన్న.. హెల్పర్ అతను" అన్నది విమల.

డబ్బుంటే ఎవ్వరికీ ఎవ్వరితో పనుండదు మేడమ్. నేను మా ఇంట్లో చూస్తానుగా. మా నాయనమ్మా, తాత హెల్పర్ వాళ్ళకి కావల్సినవన్నీ అలాగే చూస్తాడు. నడుస్తున్న ముసలాయన విమల లేచి నిలబడగానే ఆగాడు. పిల్ల ఏం చేస్తోంది? అన్నాడు. విమల మాట్లాడలేదు. సుధాకరం వస్తాడా సాయంత్రం అన్నాడు. ... మళ్ళా నడవటం మొదలు పెట్టాడు.

"నన్ను రోజూ చూస్తాడు కనుక తెలుసేమో అనుకుంటా. నేనే నాన్నా, నాన్నా అని వెనకాల తిరుగుతా కదా. నా మొహం చూడగానే ఆ రెండు విషయాలూ అడుగుతాడు. ఆయన మనసులో ఇష్టం అది. అదే గుర్తుంది. ఆయనకు నా మొహం చూడగానే అదే అనిపిస్తుంది అనుకుంటా." అన్నది విమల.

"ఎవ్వరూ గుర్తు రాకూడదు కదా" అన్నది ప్రభాత.

"నాన్నకు ఈ మధ్యనే మొదలైంది. మా అమ్మ పోయేంత వరకూ ఇల్లూ, పొలం పనులు ఆయనే చూసేవాడు కదా. ఒక సంవత్సరం నుంచి కొన్ని విషయాలు. జ్ఞాపకాల్లోంచి జారిపోయాయి..."

"ఇవ్వాళ చాలా పాఠాలు నేర్చుకున్నా." అన్నది ప్రభాత నడుస్తున్న ముసలాయన వంకే చూస్తూ.

"అబ్బో ఏంటవి?" అన్నది విమల.

"ఒకటి మా నాన్నతో తగువులాడటం మానేస్తాను... దండగ. ఇది నా జీవితం నాకేం కావాలో నాకు తెలుసు. ఇంకా స్పష్టంగా ఉండేలా ఆలోచించుకుంటా. ఇప్పటివరకూ మా నాన్న పెళ్ళి, ఫ్యూచర్ అంటున్నాడు, అమ్మ సతాయిస్తోంది అని మనసులో ముల్లులా గుచ్చుతూ ఉంటుంది. నాకు అర్థమవుతోంది. నా మనస్సు ఖాళీగా ఉంది. యాప్.. దాన్నింకాస్త డెవలప్ చేయటం, పెట్టబోయే బ్రాంచ్‌లు అవే ఉన్నాయి. ముందు అవన్నీ పూర్తయ్యే వరకూ నన్ను డిస్టర్బ్ చెయ్యొద్దు అని ఇంట్లో చెప్పుకోవాలి." ఓ ట్రాన్స్‌లో ఉన్నట్టు చెబుతోంది ప్రభాత.

ప్రభాత ధైర్యాన్ని చూస్తూ... తనని తాను మళ్లీ చూసుకున్నట్టనిపించిది విమలకు. ఇప్పుడేం తగ్గింది ఆడవాళ్లకి? ఉద్యోగాలు చేస్తున్నారు. అన్ని రంగాల్లో ముందున్నారు అని మాట్లాడే మాటలు గుర్తొచ్చి నవ్వుకుంది. ఆడపిల్ల ఆ స్థాయికి రావటానికి వెనుక ఒక యుద్ధం ఉంటుంది, నువ్వు చెయ్యలేవు అనే మాటలూ, అవమానాలూ ఉంటాయి. ఇంటిపని చేసుకునే ఆఫీసుకి వెళ్ళాల్సి ఉంటుంది. నెలసరి సమయంలో ఆ బాధని ఓర్చుకుంటూనే పని చేయాల్సి ఉంటుంది. అన్నిటినీ మించి ప్రతీ క్షణం సెకండ్ గ్రేడ్ అనే ఇన్ ఫీరియారిటీ ఫీలింగ్ వెంటాడుతూనే ఉంటుంది. ఇన్ని చేసినా అన్నిటికన్నా ముఖ్యమైన ఆర్థిక స్వేచ్ఛ ఆమె చేతిలో ఉండదు. ఇంకెందుకు తగలెయ్యనా... ఈ ఉద్యోగం అనిపిస్తుంది. అయినా సరే నేను తక్కువ కాదు అని నిరూపించుకోవాలన్న తపన కోసం మాత్రమే ముందుకు సాగే వాళ్ళే చాలా మంది. ప్రభాత లాంటి పిల్లలని చూసినప్పుడు ఏదో ఒక ముందడుగు తానే వేసినంత ఆనందంగా ఉంటుంది విమలకు.

ప్రభాత వెళ్ళిపోయాక కూడా చాలా సేపు అదే ఆలోచనల్లో ఉండిపోయింది. అర్ధరాత్రి వరకూ వెన్నెలని చూస్తూ కూచుంది.

7

నిన్న మీరు చాలా మిస్సయ్యారు అన్నది ప్రభాత. జిరాక్స్ పేపర్లు ఒక్కో సెట్టుగా పిన్ చేస్తున్న విమల ఏమిటన్నట్లు చూసింది.

"నిన్న రాజు వాళ్ల నాన్న వచ్చారు."

"అదా..! తెలుసు. మీ నాన్న గారు ఇద్దర్నీ కలుసుకోవాలి అన్నారని చెప్పాడు. శనివారం నాడు ఊరెళుతూ మాట్లాడాడు. ఇక్కడ కొన్ని ఇళ్లు చూశాడట. ఏదో ఒకటి ఫిక్స్ చేయాలన్నాడు."

"అవును, రోజూ జర్నీ కష్టం కదా, నాకూ అదే అనిపించింది. చాలా సార్లు అన్నాను కూడా." అన్నది ప్రభాత.

"వాళ్ల నాన్న వస్తానన్నాలి కదా. ఆర్నెల్లనుంచి పోరుతోంటే ఇప్పటికి సరే అన్నాట్ట సత్యం. అయినా ఇల్లు దొరకాలి కదా."

"ఇల్లెంత సేపు. ఎవరో మీడియేటర్ ఉంటారు కదా..!"

విమల ప్రభాత వైపు చూసి నవ్వింది.

"వెతుకుతాడు సరే..! రాజుకి ఇవ్వాలి కదా, కులం అడుగుతారు తల్లీ. ఎన్నాళ్లనుంచి వెతుకుతున్నారో తెలుసా?"

మొహం చిట్లించింది ప్రభాత.

"కులం అడుగుతారా? ఇల్లు అద్దెకిచ్చేందుకు..."

"సరే... అనవసరంగా ఆశ్చర్య పోవద్దు, అవన్నీ ఫార్మాలిటీస్ కిందకు వస్తాయి. కులం ఎప్పుడూ వెంటాడుతూనే ఉంటుంది ప్రభాతా, కాకుంటే ఇప్పుడు కాస్త

పాలిష్డ్‌గా అడుగుతున్నారంతే. ఇంతకీ ఏమన్నారు నాన్నగారు?"

"ఏమంటాడు, ఆయన అడిగిన ప్రశ్నలకు ఇంకోడైతే జుట్టు పీక్కునే వాడు. ఆ తండ్రీ కొడుకులు గ్రేట్. వాళ్ల జీవితం అదేదో సినిమా కథలాగా చాలా అడ్మిరేషన్‌తో చెప్పుకొచ్చారు సత్యం గారు. మా నాన్న చాలా సార్లు ఎగతాళి ప్రశ్నలు వేశాడు. కానీ, రాజు ఒక్క ఫీలింగ్ కూడా చూపించకుండా ఎంత మామూలుగా కూచున్నాడంటే చివరకు మా నాన్నే దిక్కులు చూశాడు."

" ఏమంటాడు రాజు?"

"మా నాన్న చాలా కష్టపడ్డాడు. ఇద్దరం కూలీకి వెళ్లే వాళ్లం. ఎడ్యుకేషన్ ఫ్రీ అయినా, మిగతా కట్టుకునే బట్టలు, దుప్పట్లు అవసరమైన ఒకటీ రెండు వస్తువుల కోసం కూడా ఇద్దరం చాలా కష్టపడి పని చేశాం. మా నాన్న మధ్యలో ఊరు వదిలేసి ఇప్పుడుంటున్న గ్రామానికి వచ్చారు అన్నాడు ఏదో క్యాజువల్‌గా. రాజు చెబుతున్న కథకి నాకు నోట మాట రాలేదు మేడమ్. వాళ్ల నాన్న ఏదో పొలం పనికిపోతే ఆ ఇంటివాళ్ల వస్తువు ఏదో కనిపించలేదట. ఆ వస్తువు వాళ్ల నాన్నే తీశాడని అదెక్కడుందో చెప్పమని కరెంట్ పోల్ ఎక్కించారట, జారిపోతే కొట్టారట. చాలా సేపు కొట్టాక ఆ వస్తువు మరెక్కడో దొరికిందట. అప్పుడు వాళ్ల నాన్న రాజుని తీసుకొని ఇప్పుడుంటున్న ఫామ్‌హౌస్‌లో పనికి వచ్చేశాడట. ఆ విషయాన్ని రాజు చాలా మామూలుగా చెబుతుంటే నాకు ఆశ్చర్యంగా అనిపించింది మేమ్."

కళ్ళు పెద్దవిగా చేసి ఏదో అద్భుతాన్ని చెబుతున్న ప్రభాతని చూసి నవ్వుకుంది విమల. తను పెరిగిన వాతావరణం ఆ అమ్మాయిని ఎంత అమాయకంగా ఉంచిందో, ప్రపంచాన్ని కలుపుతూ పెద్ద బిజినెస్ చేయగల ఆ అమ్మాయి తన చుట్టూ ఉన్న ప్రపంచం ఎంతగా కుచించుకుపోయి ఉందో అర్థం చేసుకోలేకపోయిందో అనుకుంటూ ప్రభాత వైపు చూసింది.

"అంత ఓపెన్‌గా ఒకనాటి దొంగతనం మోపి హింసించిన కథ గురించి చెప్పుకుంటూ, మధ్యలో మాట్లాడే తండ్రి వైపు ఎంత ప్రేమగా చూశాడు మేడమ్. రాజుకి వాళ్ల నాన్న పెద్ద హీరో. అతని వల్ల తనకి ఇబ్బంది అన్న ఒక్క పదం లేదు. ఇద్దరూ ఏదో ఒకళ్ళ కొకళ్ళు దగ్గరగా నిలబడి సపోర్ట్ చేసుకుంటున్నట్లు ఉంది."

ప్రభాత మాట్లాడుతూనే ఉంది, మొదటిసారి మనుషుల్ని చూసినంత అబ్బురంగా ఆ తండ్రీ కొడుకుల గురించి చెబుతూంటే నవ్వుతూ చూస్తోంది విమల.

"ఈ ప్రపంచంలో ఇంత వరకూ నేను చూసిన మనుషుల్లో ఎవరైనా సరే,

సిగ్గుపడి, దాచుకొని, కుంగి కృశించే విషయాలను రాజు ఎంత తేలిగ్గా మామూలు విషయంలాగా మనం మాట్లాడుకున్నట్టే చెప్పాడు. వాళ్ల నాన్నంటే అతనికి చాలా అడ్మిరేషన్. మా నాన్న ఏమి మాట్లాడకుండా, సరే! నేను వెళ్తానమ్మా అని వెళ్లి పోయాడు. ఏమీ అనకుండానే...

అసలు రాజు వాళ్ల మాటలని, అలా అమాయకంగా అన్నీ చెప్పటాన్ని చూస్తూంటే నాకే ఆశ్చర్యంగా ఉంది. వాళ్ల నాన్న పాత కథలన్నీ వివరంగా చెప్పుకువచ్చాడు.దాన్ని ఏలాంటి ఫీలింగ్ లేకుండా మామూలుగా వింటూ కూర్చున్నాడు మేడమ్. అరే నేనింత కష్టాలు పడ్డానా? కుల వివక్ష ఎదురైందా? సంక్షేమ హాస్టళ్లలో బతికేనా..ఎవరో ఇచ్చిన బట్టలు కట్టుకున్నాను. మా నాన్న కూలి పని చేసాడు. నేనూ సెలవుల్లో అదే పని చేసాను. అవేవీ అతని మనసుకి అంటినట్లు లేవు..."

విమల మనసు ద్రవించిపోయింది.

"అతని జీవితం అదే కదా. దాన్ని అదేదో తక్కువ అని మనం ఇప్పుడు మాట్లాడుకుంటున్నట్లు అతను ఎందుకు ఫీల్ అవుతాడూ?"

ప్రభాత నొచ్చుకుంది.

"నిజమే మేడమ్ తేడా నా మనసులోనే ఉందేమో... సత్యం గారి డ్రెస్ కోడ్ చూసి మా నాన్న మొహం చూసేందుకు కూడా భయపడ్డా. ఖాకీ కలర్ ప్యాంట్, తెల్ల షర్ట్ వేసుకున్నాడు. మామూలుగా మనం చూసే కూలీ జనం లాగా. నా దృష్టిలో సంగతే చెబుతున్నా... మేం ఇంతే అన్నట్టు హాయిగా కూర్చుని వెళ్లి పోయారు. నానా రకాల ఇబ్బంది పడి, కష్టపడింది మా నాన్నే. ఆయన ముందు ఎదురుగా కూర్చుని మాట్లాడుతున్న సత్యం గారు అరగలేదు మా నాన్నకి."

విమల నవ్వింది...

ఎట్లాగైనా ఈ తరం మారింది. కొత్త తరం కదా అనుకుంది.

ఇంతలో ప్రభాత ఫోన్ రింగ్ అయ్యింది.. లిఫ్ట్ చేసి మాట్లాడి, విమల వైపు చూస్తూ.." వరహాల రాజు, మీరు ఆఫీసులో ఉన్నారా? ఉంటే ఇక్కడికి వస్తా అంటున్నాడు" అంది.

తల ఊపింది విమల...

'ఓకే, రండి' అని చెప్పి, కాల్ కట్ చేసింది ప్రభాత.

పొడుగు చేతుల గులాబీ రంగు షర్ట్, డార్క్ బ్రౌన్ ప్యాంట్‌తో రాజు చక్కగా కనిపిస్తున్నాడు. కళ్లజోడు లోంచి తెలివిగా చూసే కళ్లు నవ్వుతున్నాయి.

కూర్చో రాజూ అన్నది విమల.

నీ గురించే చెబుతున్నా, అన్నది ప్రభాత..

రాజు నవ్వాడు, " రెండ్రోజుల్లో అందరూ మర్చిపోతారు లే మేడమ్, నాకూ కంఫర్ట్‌గా ఉంటుంది. మా ఇంటికి అందరూ రావాలనుకున్నారు. సందడిగా ఉంటుంది కదా... మా నాన్న అలాగే కనిపిస్తాడు. ఇక్కడి సౌకర్యాలు వాడుకోవడం ఆయనకి బాగా రాదు. ఆయనకి ఇష్టం వచ్చినట్టు ఉంటాడనుకోండి. వచ్చిన ప్రతీ వాళ్లకూ నేను నచ్చజెప్పాలి. అంత కష్టం నాకెందుకు అని ముందే చెప్పేసాను. అప్పుడు మా నాన్నకి సుఖం. ఆయనకి అవసరం అయితే మన ఆఫీసులోకి రావొచ్చు, రావాలి కదా. ఏదైనా తినేందుకు తెస్తానంటాడు. అట్లా బయట నిలబడతాడు భయంగా. అందుకే అందరినీ పేరు పేరునా పరిచయం చేసాను. ఆయనకు నేనున్న చోట సౌకర్యం ఇవ్వాలనుకున్నాను. చాలా మందికి ఇదంతా నచ్చక పోతే..ప్రొఫెషనల్‌గా రిలేషన్స్ మెయింటెయిన్ చేస్తాను. మా ఇంటికి అందరూ ధైర్యంగా రారులే మేడమ్" అన్నాడు రాజు.

విమల కళ్లు తుడుచుకుంది.

"ఇదిగో మేడమ్ ఏడ్చేస్తున్నారు."

రాజు విమల వైపు చూశాడు.

"అదేంటి మేడం, హాయిగా ఏడ్చే స్వేచ్ఛకూడా ఉండదా ఇక్కడా?" అన్నాడు రాజు.

ప్రభాత రెండు చేతులూ జోడించి నమస్కారం చేసి.." బాబూ, మీ ఇష్టం. మీతో పాటు నన్నూ ఉండనివ్వండి చాలు." నవ్వుతూ అంది.

"నాకు తెల్సు మేడమ్, కార్పోరేట్ ఆఫీసుల్లో గ్లాస్ డోర్ దగ్గర నుంచి చాలా రిస్ట్రిక్షన్స్ ఉంటాయి. మన ఆఫీసులో అలాంటివి లేకుండా క్యాజువల్‌గా ఉంటుంది.""

"ఇప్పుడు ఇక బ్రాంచ్‌లు పెడుతున్నాము. ఇలా కుదరదు అని అడ్మిన్ అనుకుంటే..? "

"అమ్మో అలా అయితే... సుబ్బరంగా ఈ ఆఫీస్ వదిలేసి ఇంకో ఉద్యోగం వెతుక్కుంటా. లేదంటే మీకే ఔట్ సోర్సింగ్ చేస్తా."

"ఎదురుగా బాస్ ముందరే ఉన్నావు, చూసుకో" నవ్వుతూ అంది ప్రభాత.

"అదే మేడమ్, చెబుతున్నా... చాలా జీవితం నడిచే వచ్చాను. కులం విషయంలో, వృత్తి విషయంలో ఎన్నో పట్టింపులు చూశాను. అవి ఎప్పటికీ ఎలాగూ పోవు. నేనేమీ అనుకోలేదు అర్థం చేసుకుంటున్నాను. నాన్నతో పాటు నేనూ పనికి వెళ్ళేవాడిని అందరూ చూశారు కదండీ, ఇప్పుడు మాటల్లో ఒక మెచ్చుకోలు వినిపిస్తోంది. నాన్న ఫలానా కనుక, నేనింతటివాడినయ్యాను కనుక... వాళ్ళు దానికి సంతోషపడుతున్నట్టు మాట్లాడతారు. అదే ఒక పెద్ద కులం అబ్బాయికి మంచి ఉద్యోగం వస్తే.. 'అది వాడి అదృష్టం', 'పోన్లే ఎలాగోలా బతకండ' అనే అర్థంతో అనరు. ఆ పిల్లవాడి చదువు తెలివితేటలకు గుర్తింపుగా మంచి పొజిషన్లోకి వెళ్లాడు అంటారు."

"కాస్త తెలుగులో చెప్పండి సార్, మేం కాస్త పూర్" అన్నది ప్రభాత.

వాతావరణంలో బరువుని ఆమె భరించలేకపోతోంది. ముఖ్యంగా రాజు మొహంలో పరుచుకుంటోన్న ఒక వేదన ఆమె మనసుకు గాయం చేస్తోంది.

"అదే మేడమ్, వాళ్ల దృష్టిలో నేనూ మా నాన్న వీధిలో నిలబడే స్థాయి వాళ్లమే. ఎన్ని మాటలు చెప్పినా మేము అందరితో సమానం కాదు. ఇక్కడ కులం అనేది పైకి కనిపించని పెద్ద గోడ."

ప్రభాత విమల మొహం వైపు చూసింది.

"అంతే కదా ప్రభాత, ఇప్పుడు సత్యం గారు రాకపోతే, వరహాల రాజు కులం సంగతి ఇలా ప్రదర్శనకు పెట్టకపోతే రాజు స్టేటస్ నెలకు రెండు లక్షలు. ఆ స్థాయి గౌరవం ఉంటుంది. ఫలానా కులం అని తెలిసాక, ఆ డబ్బు ఇచ్చే స్టేటస్ రాజునుంచి ఉందో జారిపోయిందో తెలియదు. ఇప్పుడు అందరూ రాజుని కలుపుకున్నారా లేదా? ఇంటికి పిలుస్తున్నారా?"

"ఎవరూ కలుపుకోవద్దు మేడమ్, అసలా స్టేటస్ మాట నా దృష్టిలో లేదు. నేను మా ఇంట్లో ఉంటాను. ఎవరికైనా నచ్చితే నన్నూ మా నాన్ననూ కలిపి చూసుకొని ఆలోచించుకొని నిర్ణయించుకొని రావాలి. నేను ఈ పని చాలా ఆలోచించుకొనే చేశాను. ఇంతకు ముందు నాతో మా రమేష్ ఉండేవాడు. సీతమ్మ మా నాన్నతో అక్కడ పని చేసేది. తమాషా ఏమిటంటే ఆమె మా ఊరి పెద్ద రెడ్డిగారి మరదలు. మొగుడు తాగి ఆస్తి పాడుచేసి చచ్చిపోయాడు. రెడ్డిగారు ఈమెని ఇంట్లోకి రానివ్వలేదు. పిల్లాడితో పొలం పనులకు వచ్చింది. సుధాకర్ గారు గెస్టులని

పంపేటప్పుడు వాళ్లకి వంట చేసి కాఫీలు ఇచ్చేవాళ్లు కావాలి. ఈమె కూలిపనులనుంచి అటు వంట చేసేందుకు వెళ్లింది. ఆమెతో సంబంధాలు తెంచుకున్నారు రెడ్డిగారు. డబ్బులేకపోతే పెద్దగా కులం పట్టింపులు కూడా పోతాయేమో... సీతమ్మ నన్ను చాలా బాగా చూసేది. ఆవిడ పెట్టిన తిండే నాకు ఓపిక ఇచ్చింది. రమేష్ నాతోటే ఉండేవాడు. అంచేత పేదరికానికి పెద్ద కులం పట్టింపు లేదు.“ అన్నాడు రాజు నవ్వుతూ..

“వావ్.. రాజూ...”అని చప్పట్లు కొట్టింది ప్రభాత.

“మీరిలా చేస్తుంటే నాకు కాస్త ఇబ్బందిగా ఉంటుంది. కనీసం మీ ఇద్దరూ నన్ను అర్థం చేసుకున్నారు. నేను ఇక్కడ జాబ్ చాలా ఇష్టంగా సంపాదించుకున్నాను. మీకు అనుకూలంగా ఈ కంపెనీని డెవలప్ చేయటానికి నేను ప్రయత్నిస్తాను. కానీ ఈ జాబ్ నా చదువుతో సొసైటీలో ఇంకో మెట్టు ఎక్కేద్దామని కాదు. ఇందాక ఓ పదం వాడారు స్టేటస్ అని. నేను దాన్ని తిరస్కరించాను గనకనే ఇట్లా ఉన్నాను. నేను నా ఇంట్లో మనిషిగా జీవించే కంఫర్ట్ కావాలనుకున్నాను. నాకున్న డబ్బుతో ఇప్పుడు పోష్ వాతావరణంతో ఒక మంచి ఇల్లు తీసుకున్నా, అది మా నాన్నకి ఏదో కొత్తగా తనకు సంబంధించని ప్లేస్ లాగా ఉంటుంది. అలాంటి ఇంటిని ఎప్పటికీ మా నాన్న “నాదీ” అనుకోలేడు. ఇప్పుడే కొత్త పాట మొదలెట్టాడు. నాకు జాబ్ వచ్చింది కాబట్టి. నాకు పెళ్లి చేస్తాడట.“

“సో..! నెక్స్ట్ పెళ్లి పార్టీ ఉంటుందన్న మాట మన స్టాఫ్‌కి” చిలిపిగా నవ్వుతూ అంది ప్రభాత.

“అబ్బా..! ఆగండి మేడమ్, జాబ్‌లో సెటిల్ అయ్యి, కాస్త బ్యాంక్ ఎకౌంట్ బలంగా అయితే, ఇక్కడ ఒక ఇల్లు కొని అప్పుడు చేసుకుంటా అని చెప్పా.

అప్పటిదాకా ఆ వూరు వదిలి నేను రానురా అని రోజూ అదే పాట పాడేవాడు...ఇప్పుడు..ఇప్పుడే ఇల్లు కొనూ అని మొదలుపెట్టాడు.

సరే..కొన్నాక పిల్లని చూద్దూ గానీ అని నూరిపోస్తాడేమో“ అంటూ నవ్వాడు రాజు.

విమల అతని వైపే చూస్తోంది. ఇంత చిన్న వాడు జీవితాన్ని అంగుళం అంగుళం అర్థం చేసుకుంటూ, నిజాన్ని అంతగా అంగీకరించి ప్రాక్టికల్‌గా ఆలోచించటం ఆనందంగా అనిపించింది. చదువు, జాబ్ ఇచ్చిన భరోసాని తండ్రికి ఇచ్చేందుకు ధైర్యంగా నిలబడుతున్నాడు. నేను చేసింది కూడా అలాంటిదే కదా.

వివక్ష నుంచి జీవితం మీద వచ్చే స్పష్టత ఇదేనేమో అనుకుంది విమల. మనసు ఎగసి పడ్డ సముద్రం లాగా ఉంది.

అవును "నువ్వు ఆడదానివి కనుక" అనొచ్చు. ఎలాంటి హక్కులూ లేకుండా రోడ్డుమీద నిలబెట్టవచ్చు. సమాజంలో ఇప్పటివరకూ నిర్ణయించి పెట్టిన గౌరవం ఒక్క తిరుగుబాటుతో పోతుంది. సమాధానం చెప్పుకోలేని ప్రశ్నలు వస్తాయని అందరూ అరిచి మరీ చెప్పిన మాటలు గుర్తొచ్చాయి. ఎందుకో విమలకి వరహాల రాజుకీ, తనకూ పెద్దగా తేడా లేదనిపించింది. సమాజంలో వివక్ష కులం జెండర్‌ని బట్టి నిర్ణయించబడుతుంది.

"ఏం ఆలోచిస్తున్నారు మేడమ్?" అడిగింది ప్రభాత.

"నథింగ్, రాజు చెప్పిన మాటల గురించే"

వాతావరణం బరువెక్కుతున్నట్టు అనిపించింది ప్రభాతకి, టాపిక్ మార్చటానికీ అన్నట్టు. "ఇంతకీ ఇల్లు సంగతేమైంది మరి? ఎక్కడైనా దొరికిందా?" రాజుని అడిగింది ప్రభాత.

ఇంకా లేదు మేడమ్, కులం అడిగేవాళ్ళు కొందరైతే, బ్యాచిలర్స్‌కి ఇవ్వం అనే వాళ్ళు కొందరు. రకరకాల ప్రశ్నలకు సమాధానాలు చెప్పటం కంటే కాలనీలో ఉండటమే బెటర్ అనిపిస్తోంది. కానీ విమలా మేడం అలా వద్దంటున్నారు"

"చూద్దాం రాజూ, ఆ విషయంలో నేనేమైనా చేయగలనేమో."

"ఓకే మేడమ్... ఆ విషయం పక్కన పెడితే మన ఆఫీస్ వాతావరణం బాగా నచ్చుతోంది. ఇక్కడికి దగ్గరగా ఉండేలాగానే చూసుకోవాలి. ఏ వేళకైనా అవసరం అయితే వెంటనే వచ్చేలా ఉండాలనుకుంటున్నా"

"ఈ నెల రోజుల్లో నువ్ నిజంగా మంచి శ్రద్ధ తీసుకున్నావు, మన కస్టమర్స్ రష్ పెరిగింది. కొత్త కస్టమర్స్ వచ్చేలా చేశావ్."

"లక్కీగా మ్యారేజ్ సీజన్ మేడమ్. సోషల్ మీడియాని కాస్త ఎక్కువగా వాడాను. రాజమండ్రి నుంచి ఒక పెళ్ళి కోసం మొత్తం ఎకో ఫ్రెండ్లీ వస్తువులే కావాలని ఆర్డర్ వచ్చింది. అది నా పాత కాలేజ్ ఫ్రెండ్‌తో వచ్చిన ఆఫర్. ఇదే ట్రెండ్‌ని కాస్త ప్రచారం చేయగలిగితే ఈ కాన్సెప్ట్‌ని ఇంకా జనాల్లోకి తీసుకుపోవచ్చు. అది మన బిజినెస్‌కి కూడా ప్లస్ అవుతుంది. దీన్ని ఒక ట్రెండ్‌లా ప్రమోట్ చేయాలి. ఆల్రెడీ కడియం మల్లె పూల డెకరేషన్ సెన్సేషన్ చేసాం కదా. ప్రతీ అకేషన్‌ని పువ్వులతో

ముడి పెట్టి విమల మేడమ్ చేసిన ప్రోమోలకు వచ్చిన రెస్పాన్స్ ఎక్కువగానే ఉంది. అలాంటి ఐడియాలు ఇస్తే మనం ఇంకా మంచి బిజినెస్ చెయ్యగలం."

'రాజుకి పొగడటం బాగానే వచ్చినట్టుంది.' అంది ప్రభాత.

'పొగడ్త కూడా మార్కెటింగ్ స్ట్రాటజీనే మేడమ్.'

"నీతో కష్టం రాజు"

8

పెద్ద కెమెరా పెయింట్ చేసి ఉన్న ఆ డోర్ తోసుకుంటూ లోపలికి అడుగు పెట్టాడు రాజు. హాల్లో వరుసగా చిన్న కాబిన్స్ లో ఎడిట్ సూట్స్ కనిపిస్తున్నాయి. ఎంట్రన్స్ లోనే రిసెప్షన్ ఉంది. ఎడిట్ సూట్స్ తలుపుతీసినప్పుడల్లా ఏవో శబ్దాలు వినిపిస్తున్నాయి. లోపల వర్క్ జరుగుతున్నట్టుగా బిజీ బిజీగా ఉంది వాతావరణం. రాజు కనిపించగానే కుర్చీలోంచి లేచి వచ్చింది ఓ అమ్మాయి.

"సర్..! థిస్ ఈజ్ ప్రశాంతి, మేడమ్ మీకోసమే చూస్తున్నారు" చెప్పింది.

లోపలికి వెళ్తూనే విశాలమైన హాల్లో ఒకపక్కగా కాస్త పెద్దగా అనిపించే టేబుల్. మానిటర్లో ఏదో దీక్షగా చూస్తోంది విమల. మానసా క్లినిక్ అని ఏదో అడ్వర్టైజ్‌మెంట్. డాక్టర్ సుందర్రావు అనే టెక్స్ట్ కనిపిస్తోంది. ఆ అడ్వర్టైజ్‌మెంట్ తాలూకు వాయిస్ ఓవర్ వినిపిస్తోంది. విమల ఇంటర్ కామ్ తీసి ఇంకోసారి టెక్స్ట్ సరి చూసుకొని పంపించు భాస్కర్" అని చెప్పి, రాజు వైపు చూసి నవ్వుతూ

"రాజూ ఎలా ఉంది ఆఫీస్?"

"చాలా హడావుడి ఉంది కదా మేడం, చాలా ఎడిట్ సూట్స్‌లో పని జరుగుతోంది" అన్నాడు చుట్టూ చూస్తూ. హాలు మొత్తం కెమెరాలు, లైటింగ్ స్టాండ్స్, షూటింగ్ ఎక్విప్మెంట్ కనిపిస్తున్నాయి. లోపల డబ్బింగ్ స్టూడియో ఉంది, ఔట్ పుట్ డంప్ చేసేందుకు. కొన్ని ఎడిట్ సూట్లూ, రికార్డింగ్ స్టూడియో ఉంది. కథ చెప్పుకుందాం అని ఈ మధ్య ఒక యాప్ వచ్చింది, వాళ్ల పుస్తకాలు ఆడియో చేస్తున్నాం, డబ్బింగ్ ఆర్టిస్టులు చాలా మంచివాళ్ళున్నారు. రేడియో స్టేషన్ చాలా మందిని తయారు చేసింది అన్నది విమల.

"చాలా పెద్ద ఆఫీస్, వర్క్ బావుంది మేడమ్."

"పదేళ్లకిందట సిటీకేబుల్ వాళ్లతో ఒక అండర్‌స్టాండింగ్... వాళ్ల యాడ్స్ అన్నీ మాతోనే చేయించుకోవాలని. యాడ్స్ అన్నీ మేమే చేసి డైరెక్ట్‌గా వాళ్ల టైమ్‌లైన్‌కి ఇచ్చేస్తాం. ఒక రకంగా వాళ్ల అడ్వర్టైజింగ్ మేనేజర్‌ని కూడా."

"గ్రేట్ మేడమ్... దేనికైనా డబ్బు తెచ్చేదారే కదా ముఖ్యం."

"చెప్పు.... రాజు ఏమైనా మాట్లాడాలా? ఆఫీస్‌లో అంతా బానే ఉందిగా?" అడిగింది విమల.

"అహా... అదేం లేదు. జస్ట్ మీతో మాట్లాడాలనిపించింది. అంతే"

రాజు చెబుతుండగా టీ వచ్చింది... ఇద్దరూ కప్స్ తీసుకొని బాల్కనీలోకి నడిచారు. రోడ్డు మీద ట్రాఫిక్ వంక చూస్తూ నిలబడ్డారు.

విమల ఏదో మాట్లాడబోయేంతలో రాజు ఫోన్ మోగింది. "క్యాబ్ డ్రైవర్" అని విమలతో చెప్పి ఫోన్లో "సరే బిల్ ఎంతైందో చెప్పు, అలాగే ఆయన్ని అక్కడే కాఫీషాప్‌లో కూచోమని చెప్పు. చాలా థాంక్స్" అని చెప్పి. కాల్‌కట్ చేసి క్యాబ్ బిల్ పే చేసాడు.

"ఆ పెద్దాయనకి కూడా నెమ్మదిగా.., సిటీని అలవాటు చేస్తున్నావ్ గా, మొత్తానికి ఇక్కడ వాతావరణానికి సెట్ అయినట్టేనా?" అంది విమల.

"ఇప్పుడిప్పుడే అలవాటు పడుతున్నాడు. ఇదివరకు మరీ తడబాటుగా ఉండేవాడు. కనీసం షాప్ దగ్గరకి వెళ్లి టీ తాగాలన్నా మొహమాటంగా ఉండేవాడు. కానీ మెల్లగా అలవాటు చేస్తున్నా. అలవాటు కావాలి మేడం కప్పు కాఫీ తాగే అలవాటు కావాలి. మొదట్లో క్యాబ్ అంటే కూడా వద్దనేవాడు, బస్ లో వెళ్తా, ఆటో ఎక్కుతా అనేవాడు. 'సిటీ తెలియదు ఎక్కడ ఎక్కుతావో, ఎక్కడ దిగుతావో అనే నా భయం' అని చెప్పి ఒప్పించాను. ఆయన నాకు సైకిల్ తొక్కటం నేర్పాడు. ఇప్పుడు క్యాబ్ ఎక్కటమైనా నేర్పకూడదా నేను.." ఇద్దరూ గట్టిగా నవ్వారు.

"నేనింక వెళ్లనా మేడమ్?"

"సరే రాజూ, నాన్నని అడిగినట్టు చెప్పు, జాగ్రత్తగా చూసుకో ఆయన్ని" చెప్పి. వెళ్తోన్న రాజునే చూస్తూండి పోయింది విమల. ఎక్కడ మొదలైన జీవితం ఎక్కడికి ఎదిగింది. ఇంత చక్కటి పిల్లాణ్ణి కూడా మీ కులమేమిటి అని ఎలా అడిగారో వీళ్లంతా అనుకుంది.

"మీరూ, రాజూ డైరెక్టర్స్‌గా ఉంటే నాకు హెల్ప్ అవుతుంది మేడమ్." సడెన్‌గా విన్న ఆ ప్రపోజల్‌కి ఎలా రియాక్ట్ అవ్వాలో తెలియనట్టుగా మొహం పెట్టింది విమల.

"అదేంటి? ఇప్పుడు కూడా మేం నీతోనే ఉన్నాం కదా, డైరెక్టర్‌గానే ఉండాలా? ఆరు నెలల నుంచీ నీ దగ్గర ఉద్యోగులుగానే ఉన్నాం కదా." అంది విమల. అప్పటికే విమల ప్రభాత ఆఫీస్ కోసం ఫుల్ టైమ్ అడ్వర్టైజింగ్ హెడ్‌గా చేరి సంవత్సరం గడిచింది.

"నిజానికి చాలా కాలం తరవాత ఇష్టమైన పనిలో ఉండటం నాకు నచ్చింది ప్రభాతా. ఫైనాన్షియల్‌గా కూడా ఇప్పుడు నేను నిలదొక్కుకున్నట్టే. అన్నయ్య నాన్నని తీసుకుని అమెరికా వెళ్లటానికి సిద్ధంగా ఉన్నాడు. అంటే ఇప్పుడు నేను ఫ్రీ అయిపోయినట్టే."

"నో మేడమ్ యు ఆర్ నాట్ ఫ్రీ.. ఇప్పుడు మీ అవసరం నాకుంది. మీరు నాకో హెల్ప్ చేయాలి."

"ఇప్పుడు చేస్తున్న దానికన్నానా? ఇంకా ఎక్కువ బాధ్యతలంటే నాకు భయం బాబూ.. " నవ్వుతూ అంది విమల.

"మొట్టమొదటిసారి ఈ బిజినెస్ కోసం మా నాన్నని అడిగాను. ఆయన హెల్ప్ చెయ్యక పోగా, నీకెందుకూ బిజినెస్ పెళ్లి చేసుకో అన్నాడు. ఆయన మాట వినలేదు... ఫెయిల్యూర్ అయినా సరే, చిన్న ప్రయత్నమైనా చేయాలనిపించింది, అక్క సపోర్ట్ దొరికింది. నాలుగేళ్ళ తరవాత చూస్తే నాన్న బిజినెస్ చేతుల్లోకి తీసుకున్న మా అన్నయ్య దాన్ని మూసేసే స్థాయికి తెచ్చాడు. మళ్లీ నాన్నే ఇప్పుడు నానా తంటాలూ పడి సరిదిద్దుతున్నాడు. నేను అలాంటి రిస్క్ తీసుకోదల్చుకోవటం లేదు. నా కంపెనీ రేపు వచ్చే భర్త చేతిలోనో, మరెవరి చేతిలోనో పెట్టాలనుకోవటం లేదు. రాజూ, మీరూ డైరెక్టర్లు గా ఉంటే నాకు బలంగా ఉంటుంది.

ఎందుకంటే ఇప్పుడు మీరు లేకపోతే ఈ కంపెనీలో నాన్న, అన్నయ్యా జోక్యం ఎక్కువ అవుతుంది. అది ఇంకా ప్రమాదం... నా కళ్ల ముందే ఈ కంపెనీ మూతబడుతుంది, ప్లీజ్ మేడమ్!!" అభ్యర్థిస్తున్నట్టుగా చూసింది ప్రభాత.

"రాజు అభిప్రాయం ఏమిటో కనుక్కున్నావా మరి?

కొత్త బ్రాంచ్ చూడటనికి వెళ్లాలి, అప్పుడు ఇదే విషయం మాట్లాడదాం అనుకున్నా కానీ, చెన్నై నుంచి వచ్చే ఫ్లైట్ లేట్ అయ్యింది... ఇంకాస్త టైమ్

పట్టొచ్చు..."

"ఈ దీపావళికి బోనస్ ఇద్దామనుకున్నాం కదా, ఇవాళ శాలరీస్‌తో పాటు అవి కూడా వెళ్ళిపోయాయి. స్టాఫ్ అంతా మంచి సెలబ్రేషన్ మూడ్‌లో ఉన్నారు. "

"గుడ్ ప్రభాతా, అన్నా వదినా వచ్చేసారు కదా, నేనూ ఇక బయటికి వచ్చెయ్యాలి. రాజు వాళ్లతో కలిసి ఓ అపార్ట్ మెంట్ తీసుకోవాలనుకుంటున్నాను. పక్క పక్క ఫ్లాట్స్ సత్యంగారూ, నేనూ రాజు అందరం కలిసి ఉండాలని అనుకుంటున్నాం. ఇంట్లో నేను ఉండటం అన్నయ్యకి ఇష్టం లేదు, అందుకే తమ్ముడితో ఉండాలని. రాజు నాకు తమ్ముడికంటే ఎక్కువే ఇప్పుడు."

"ఓహ్..! మొన్న చెప్పాడు, కానీ ఆ ఏరియా సిటీకి చాలా దూరం కదా, ఇబ్బంది అవ్వదా?."

"మొదటిది, వాళ్ళు రాజు కులం అడగలేదు. అది మెయిన్ రీజన్. వాళ్ల నాన్నకి అన్నీ అందుబాటులో ఉన్నాయి. రెండోది అక్కడ ఉన్నవాళ్లలో ఎక్కువమంది చుట్టుపక్కల గ్రామాలనుంచి వచ్చినవాళ్లే కావటంతో, సత్యం వయసే ఉన్న పెద్దవాళ్ళు ఉన్నారు. ఆయనకీ ఇబ్బంది లేకుండా ఉంటుందని. ఇప్పుడు ఆయన కూడా ఏ భయం లేకుండా క్యాబ్‌ల మీద తిరిగేస్తున్నారు."

"హ..హ.. చూశాను, ఈ ఆరునెలల్లో ఎంత మారిపోయారో. నిజంగా, రాజు లాంటి వాళ్లు ఎక్కువగా చదువుకుంటే ఎంతమంది సత్యాలకి ఇలాంటి సంతోషమైన జీవితం వస్తుందో కదా."

"అందుకేగా... వాళ్ల ఊళ్లో పిల్లలకోసం బాగానే కష్ట పడుతున్నాడు రాజు. ఎక్కడైతే వాళ్ల నాన్నని దొంగ అని కొట్టారో అదే ఊళ్లో స్కూల్‌ని దత్తత తీసుకున్నంత పని చేశాడు. అక్కడ పిల్లలకి చదువు చెప్పిస్తున్నాడు. తనలాంటి వాళ్లని మరింత మందిని తయారు చేస్తున్నాడు. ఇంకా మరింత మంది ప్రభాతలు కూడా రావాలిగా... చూద్దాం మార్పు వస్తుందేమో..."

"ఓహ్..! రాజు మీద మరింత గౌరవం పెరుగుతోంది."

"ఎన్ని ఇళ్లలో నీదే కులం అని అడిగి ఉంటారో అతన్ని, నువ్వు మా ఇంట్లో ఉండటమా అనే చూపుల్ని భరించి ఉంటాడు. మనుషులు కులంతో ఎదుర్కొన్న వివక్ష అంతా ఇంతానా? మనకి ఆ జీవితం లేదు ప్రభాతా, మనం చాలా మెట్లమీద ఉన్నాం, ఆ వివక్షని నువ్వూ నేనూ ఎప్పుడూ అనుభవించలేదు. అది మనసులో మోయటం, దాన్ని అధిగమించి నిలబడటం మామూలు విషయం కాదు ప్రభాతా.

ఆ లెక్కన రాజు సాధించింది చిన్న విషయం కానే కాదు. తన జీవితాన్ని అపురూపంగా ఒక మొక్కని నీళ్లు పోసి పెంచినట్టుగ పెంచాడు. ఒక స్థితిలోంచి వాళ్లిద్దరూ బయిటకి రావటానికి చేసే పెనుగులాట ఇది.” విమల గొంతు పూడుకుపోయింది.

“నిజం మేడమ్, కానీ ఇప్పుడు రాజు కులాన్ని ఆఫీసులో ఎవ్వరూ పట్టించుకోవటం లేదు. అతను తన బిహేవియర్‌తో, తన నాలెడ్జ్‌తో అందర్నీ తనవైపుకు తిప్పుకున్నాడు. అతని నవ్వుని చూస్తే ఎంత కష్టమైనా మర్చిపోవచ్చనిపిస్తుంది. “

‘ఓ.., కొంపదీసి నిన్ను కూడా తన వైపుకి తిప్పుకోలేదు కదా...” నవ్వుతూ అంది విమల.

కాస్త నిశ్శబ్దం తరవాత... “నిజమేనేమో మేడమ్. రాజుతో ఇంకా ఎక్కువ స్నేహంగా ఉండాలని నాకూ అనిపిస్తోంది. కానీ, రాజు ప్రతీ నిమిషం “మీరు నా బాస్” అన్నట్టే ఉంటాడు.“ మనసులో మాట బయట పెట్టింది ప్రభాత.

“అంతకన్నా ఇంకేం చేయగలడు, అతని లక్ష్యం వేరు ప్రభాతా...” అనుకుంది విమల.

“ఇప్పుడు మా నాన్నకీ ఓ కొత్త భయం మొదలైంది, రాజు ఆఫీస్ మొత్తాన్నీ తన గుప్పిట్లో పెట్టుకొని నన్ను ట్రాప్ చేస్తున్నాడని ఆయన అనుమానం. నిజానికి రాజును కూడా ఒప్పుకునే వారేమో, కానీ ఆయన సమస్య రాజు వాళ్ల నాన్న, తండ్రీ తన పక్కనే అనడం.”

“అవన్నీ ఇప్పుడు రాజు కూడా పట్టించుకునే స్థితిలో లేదు, అతనికి ఫోకస్ అంతా వాళ్ల నాన్నా, అతను ఆ ఊరికోసం చేయాలనుకున్న పనుల మీదనే ఉంది. నువ్వు అనుకున్నట్టు ఇప్పుడు అతను కేవలం తన పాత జీవితంలోని అవమానాలను గుర్తు చేసుకునేంత ఖాళీగా కూడా లేడు. ఒక తపస్సులాగా అతను సంతోషాన్ని వెతుకుతున్నాడు. నీ కంపెనీనిపైకి తీసుకుపోతూనే, తనతో ఇంకా కొందరిని కూడా తనతో పైకి తేవాలనుకుంటున్నాడు.“

“ఆ తపస్సే ఇంకొంచెం ఎక్కువగా చెయ్యమనండి మేడమ్. నాకోసం కూడా” ప్రభాత కళ్ళు మెరుస్తున్నాయి.

9

"మీ దగ్గరనుంచి ఫోన్ నేను ఎక్స్పెక్ట్ చెయ్యలేదు మేడమ్. ఎన్ని సార్లు గుర్తు చేసుకున్నానో" అన్నది కావ్య.

"నీ ట్రావెల్ ఏజెన్సీ డెవలప్‌మెంట్ చూస్తూనే ఉన్నాను కావ్యా. టోటల్ ప్రపంచం అంతా కవర్ చేసినట్టున్నావ్. పేపర్లో లాస్ట్‌వీక్ నీ స్టార్టప్ గురించి వచ్చిన ఆర్టికల్ చదివాను. కిలి మంజారో ఎక్కిన డాక్టర్ నిరంజన, ఆ ఏర్పాట్లన్నీ నువ్వే చేసావని తన ఇంటర్వ్యూలో కూడా చెప్పింది."

"అది నా సక్సెస్‌ఫుల్ ఈవెంట్ మేడమ్. యాప్ బాగానే నడుస్తోంది. మీ ఆఫర్ చాలా నచ్చింది. కాకుంటే ఇంకాస్త వర్క్ చేయాలి. కానీ, అసాధ్యం అయితే కాదు."

"మేమూ అదే అనుకున్నాము. అన్ని దేశాల్లో నీ ఏజెంట్స్ ఉన్నారు. లోటస్‌ని లింక్ చేస్తే మనకి డెలివరీ పాయింట్స్ పెరుగుతాయి అంటోంది ప్రభాత."

"ష్యూర్ మేడమ్. చెయ్యొచ్చు. డాక్టర్ నిరంజన దుబాయ్‌లో పని చేస్తున్నారు. అంతకు ముందే పర్వతాలు ఎక్కిన అనుభవం ఉంది. ఆమెకి ట్రావెల్ ఏర్పాట్లతో పాటు అక్కడ కిలిమంజారో ఎక్కేందుకు కావాల్సిన అన్ని అరేంజ్‌మెంట్స్ ఆమే నేనూ కలిసి వెతికి పట్టుకున్నాం. నేనిక్కడ ఉన్నానే కానీ, ఆమె వెనకే ప్రయాణం చేసినంత అలసట కలిగింది. కానీ, మంచి ఎక్స్పీరియన్స్. ఒక వర్క్ చేయటం కూడా మనకి ఎనర్జీ ఇస్తుందని అర్థమైంది."

"అవునూ.. బిజినెస్ సరే నువ్వెలా ఉన్నావ్?"

కావ్య విమల మొహంలోకి చూసింది. కాసేపు సైలెంట్ గా ఉండి పోయింది కావ్య.

"అతనితో బ్రేకప్ మేడమ్. పర్సనల్ గా కాస్త స్ట్రగుల్ ఉంది. కానీ, ఇప్పుడు అంతా ఓకే."

"అరే..! సారీ..."

"మీరు సారీ ఏంటి మేడం! మీరు అడగకపోయినా కాసేపయ్యాక చెప్పేదాన్ని. అప్పుడు యూనివర్సిటీలో మీరు నన్ను చూసే సరికే నాకు పెళ్లైంది. అతను ఆర్థోపెడిక్ సర్జన్. పెళ్ళైన సంవత్సరానికే బాబు పుట్టాడు. పుట్టుకతోనే ఆటిజం అన్నారు. చాలా హైపర్ యాక్టివ్‌గా ఉన్నాడు. ఒక్కోసారి అసలేమీ తెలియని అయోమయంలో పడిపోతాడు. వాడికి జీవిత కాలపు రక్షణ కావాలి. మా అమ్మా పెద్దమ్మా ఉంటారు. మా నాన్న పెదనాన్న కూడా చిన్న వయసులోనే పోయారు. అందరం ఆడవాళ్లం ఉన్నట్టే. అమ్మ బ్యాంక్ ఎంప్లాయీ. ఆర్థికంగా మరీ అంత ఇబ్బందేమీ లేదు కానీ, ఇప్పుడీ పిల్లాడు అందరికీ పెద్ద బాధ్యత పెట్టాడు. అమ్మా పెద్దమ్మా మాతో కలిసి ఉండేందుకు వచ్చారు. పిల్లవాడిని అందరం కలిసి చూసుకోవటం కూడా కష్టమయ్యేది. వాడికి సరిగ్గా నిద్ర పట్టదు. మేలుకుని ఉంటే నిలకడగా ఉండడు. సరిగ్గా మాటలు రాలేదు. ఇదంతా ఆయనకి నచ్చలేదు. అదేం నా ఒక్కదాని తప్పు కాదు కదా. రెస్ట్ తీసుకునే అవకాశం కూడా లేదని విసుక్కునే వాడు. నేనేం చేయగలను? ఇంజినీరింగ్ రెండో సంవత్సరంలో పెళ్లి. అనవసరంగా చదువు మానేసి. మంచి సంబంధం, మాతో కలిసి ఉండేందుకు ఒప్పుకున్నాడని అమ్మ తొందర పడింది. సుధీర్‌ని ఇంటికి యజమాని అన్నట్టు ట్రీట్ చేసేది. అమ్మా పెద్దమ్మా పిల్లవాడితో వేరే ఉంటే మనం హాయిగా ఉండచ్చు అని మొదలు పెట్టాడు. మానసికంగా అమ్మని బ్లాక్ మెయిల్ చేయటం. చాలా టార్చర్ తరవాత పిల్లవాడితో తను ఉండలేననీ,హాస్పిటల్ నుంచి అలసిపోయి వస్తే మనఃశాంతి లేకుండా, విశ్రాంతి లేకుండా అవుతోందని మొదలు పెట్టాడు. మరి మాకూ అంతే కదా, చివరకు డైవోర్స్ తీసుకున్నాం. పిల్లాడు నాకు భారం కాలేదు. కానీ అతనికి మాత్రం ఒక్క పూట ఎత్తుకునే పని లేకపోయినా వాడు భరించలేని భారమయ్యాడు. తర్వాత పిల్లవాడిని చూసుకుంటూనే మళ్లీ చదవటం మొదలు పెట్టాను. ఈ యాప్ ఐడియా అమ్మకి కూడా నచ్చింది. తన హెల్ప్ చాలా ఉంది. ఈ సక్సెస్ ఒక రకంగా అమ్మదే..."

కావ్య వైపే చూస్తోంది విమల...

చక్కని లేతరంగు పట్టు చీరా జాకెట్టు, చెవులకు వేలాడే బరువైన బుట్టలు. ఎక్కడా ఇంకే నగలూ లేకుండా ఏదో నిండు దనంతో కనిపిస్తోంది కావ్య. కళ్ళలో కనిపించే ఒక ఆత్మవిశ్వాసపు చూపు ఆ మొహానికి ఒక ఎస్సెట్‌గా ఉన్నాయి.

ఈ కళ్ళలోకి నీళ్లు తెప్పించిన మహానుభావుడిని తలుచుకొని నిట్టూర్చింది విమల.

“బాబు ఎలా ఉన్నాడు.. “.

“బావున్నాడు... అమ్మ రిటైర్ అయ్యింది కదా... ఇప్పుడు ఆమెకు వాడే లోకం.”

“అప్పుడప్పుడు నాకూ రావాలని ఉంది, వాడితో ఆడుకోవటానికి లే... ఇంతకీ వాడి పేరేమిటి? “

“సంతోష్... మీరు వాడికోసం వస్తా అన్నారు కానీ, మా ఇంటి చుట్టుపక్కల వాళ్లు పిల్లల్ని మా ఇంటికి పంపరు. కనీసం వాడు ఆడుకోవటానికి బయటికి వచ్చినా ఆ పిల్లలు కలుపుకోరు. వాడికి వినిపించేలాగే ఆ పేరెంట్స్ కూడా హెచ్చరిస్తారు. వాడు పిచ్చివాడు జాగ్రత్త అని.”

తలవంచుకుంది విమల.

“ఏం మనుషులు వీళ్లు..!? ఒక్క చల్లటి చెయ్యి ఆ పిల్లవాడి పైన పడితే ఎంత బావుంటుంది...”

“నాకూ అలవాటైపోయింది మేడమ్. ఇప్పుడా అపార్ట్‌మెంట్ నుంచి విల్లాకి మారిపోయాం. మేమే ప్రొటెక్టివ్‌గా ఉంటాం. వాడ్ని ఎవరికీ పరిచయం చేయటం నాకు ఇష్టం ఉండదు.”

“అయ్యో! అదెలా.. వాడికీ మనుషులు ఉండాలి కదా!”

“ఉంటారు మేడమ్ మీరు రాబోతున్నారుగా, వాడిని కొంచెం పెంచుతానంటున్నారుగా. వాడ్ని ప్రేమించే వాళ్లే వస్తారు.”

నవ్వింది విమల.

“సరే రేపు నువ్వు ప్రభాతని కలుద్దువు గానీ..ఈ లోగా ప్రాజెక్ట్ ప్రపోజల్‌లో కొన్ని మార్పులు చేయాలనుకుంటున్నాను. అవన్నీ మా సీయీఓ తో మాట్లాడాక ఒక నిర్ణయం తీసుకోవచ్చులే. సరే...! వచ్చేవారం మీ ఇంటికి వచ్చేస్తాను మరి...

బాబుతో ఆడుకోవటానికి. వాడికి నచ్చుతానో లేక దూరం నెట్టేస్తాడో"

"అయ్యయ్యో మీరెందుకు నచ్చరు మేడమ్... వాడు ఎవరు నిజంగా తనకోసం వచ్చారో అర్థం చేసుకోగలడు. ముందు మీరు రండి..."

కావ్య అక్కడి నుంచి బయల్దేరింది. ఆమెనే చూస్తోంది విమల. ప్రతీ మనిషిలోనూ ఓ సుడిగుండం. ఒక్కొక్కరూ ఒక్కొక్క సమస్యని మోసుకు తిరుగుతున్నారు. చిత్రంగా ఇలాంటి పరిష్కరించలేని ప్రతీ సమస్యకీ ఇప్పటి వరకూ నిర్మించుకుంటూ వచ్చిన ఈ సమాజం, దానిలోనుంచి వచ్చిన ఆలోచనలే కారణం కావటం కేవలం యాదృచ్ఛికమా? ఏమో విమల ప్రశ్నకు సమాధానం ఎవరు లేదు.

10

"ఒక్క సారి నా క్యాబిన్‌కి రాగలరా రాజూ, జస్ట్ ఫైవ్ మినిట్స్" ఇంటర్ కమ్‌లో ప్రభాత గొంతు విని లాప్‌టాప్ పక్కన పెట్టి వచ్చాడు రాజు.

"కూర్చోండి రాజూ, ఈయన దివాకర్‌గారు మా నాన్న ఫ్రెండ్" అంటూ పక్కనే కుర్చీలో కూచున్న వ్యక్తిని పరిచయం చేసింది.

"అంకుల్! తను రాజు మా సీయీవో"

రాజు విష్ చేసాడు కానీ అతను మాత్రం కాస్త కోపంగా కళ్లతోనే సరే అన్నట్టు చూసాడు.

"రాజూ మనకు త్రీ స్టార్ ప్యాకర్స్ నుంచి కొటేషన్ వచ్చిందా?"

"వచ్చింది మేడమ్..."

"నేను చెప్పానా లేదా ప్రభాతా... మనం ముందే పేపర్స్ పంపించాం. కొరియర్ సర్వీస్‌లో మనదే టాప్. మన కొటేషన్ ఈయన గారికి నచ్చలేదు" కోపంగా అన్నాడు దివాకర్.

"పైగా ఈయన ఏం చేసాడో చూడు. వల్లభ అని హైద్రాబాద్ డైలీ సర్వీస్ బస్సులు ఉన్నాయ్ వాళ్లకి. ట్రయల్ బేసిస్ అని వాళ్లకి ఇచ్చి పర్మినెంట్ చేసేసాడు. ఆడు నాకు తెల్సులే సాల్మన్ అని నాగాయలంక అతను. ప్రైవేట్ బస్ సర్వీస్ వాడు. సగం లీజుకి తీసుకున్న బస్సులే తిప్పుతుంటాడు. ఆడు మీ సీయీవో ఫ్రెండ్ కూడా" ఫ్రెండ్ అన్న మాటని ఒత్తి పలుకుతూ అన్నాడు. ఆయన ప్రతీ మాటలోనూ రాజు మీద వ్యతిరేకత కనిపిస్తోంది.

వింటున్న రాజు మొహంలో ఒక్క క్షణం కోపం తొంగి చూసింది. కానీ నవ్వేసాడు.

"అవును మేడమ్, సాల్మన్ నాకు కాలేజ్ ఫ్రెండ్" అనగానే ఏదో మాట్లాడబోయిన దివాకరాన్ని ఆగమన్నట్టు సైగ చేస్తూ..

"సర్ ఒక్క నిమిషం. కంపెనీ నుంచి ఇటు చీరాలా, పేరాలా, మాధవరం లాంటి ఊర్ల నుంచి వీవర్స్‌తో కాంటాక్ట్ చేసుకున్నాము. మేము ముడి నూలూ, నాచురల్ కలర్స్ అద్దిన నూలు ఇచ్చేటట్టు, వాళ్లు శారీస్ నేసి ఇచ్చేటట్టు. వెయ్యీ రెండు వేల చీరలు మనకు డిస్పాచ్ ఉన్నాయి. కొన్ని బస్ సర్వీస్‌లతో స్పీడ్ పోస్ట్ కొరియర్ వాళ్లతో ఇప్పటికే డీల్ ఉంది. మనకు కూడా వాళ్లే డిస్పాచ్ చేస్తామన్నారు. సాల్మన్ బస్సులు ఖమ్మం, నల్గొండ వైపే కాదు. ఇటు తిరుపతి వరకూ తిరుగుతాయి. మనకు ప్రతి గంటకూ కొన్ని పార్సిల్స్ అందుతున్నాయి. అందుకోసం సాల్మన్‌కి కాంట్రాక్ట్ ఇద్దామనుకున్నా."

"నాదగ్గరే యాభై మంది బాయ్స్ ఉన్నారు, ఆమాత్రం మాకూ అవుతుంది."

"దివాకర్ గారూ సారీ! మీ కొరియర్ సర్వీస్ టైమ్ టూ టైమ్ పని చేస్తోంది. నాకు గంటకోసారి పార్సెల్స్ అందాలి. సాల్మన్ లింక్ బస్సులకు ఈ వీవర్స్ అందించేలాగా అవి మనకు టైమ్ ప్రకారం చేరేలాగా ప్లాన్ చేసి చూపించాడు. రోజుకో అయిదువందల పార్సిల్స్ వెళ్లి పోతున్నాయి. ఇంకా కూరగాయలతో సహా ఎన్నో గూడ్స్ కవర్ చేస్తున్నాం. సాల్మన్‌తో కాంట్రాక్ట్ వల్ల ఇంకా చాలా ఉపయోగాలున్నాయి కంపెనీకి. అవన్నీ ఆలోచించాకే అతనితో డీల్ చేసుకున్నాను. కేవలం నా ఫ్రెండ్ అని మాత్రమే నా ఇంట్రస్ట్ కాదు." అన్నాడు చిరునవ్వుతో రాజు.

అతని మొహం వంకే చూస్తోంది ప్రభాత. అవతలి మనిషి కోపం పసిగట్టి నింపాదిగా మాట్లాడటం. ఇదంతా నేను చేయగలనూ అన్న ధైర్యం అతనిలో కనిపిస్తున్నాయి.

"మా ఆఫీస్ ఎక్కడా, ఆ చిల్లర గాళ్ళు ఎక్కడ ప్రభాతా, మాది ఒక స్టేటస్ ఉన్న కంపెనీ. రోజుకో వెయ్యి పార్సెల్స్ మా ఆఫీస్ నుంచే వెళ్తాయి."

"నేను కాదనటం లేదు... కంపెనీ ఇంటర్నల్ విషయాలే అయినా మీకు కొన్ని విషయాలు చెబుతున్నాను. మా కంపెనీ కేవలం లాభాల కోసం మాత్రమే పని చేయటం లేదు. మూలన పడ్డ మగ్గాలకు మేడమ్ పని కల్పించారు. నూలుకు

నాచురల్ డై వేయటం దగ్గర నుంచి అవి వీవర్స్‌కు చేరే వరకూ ఒక లింక్ ఉంటుంది. మీరు చెప్పిన ఆ మనుషులు ఒక యూనియన్‌గా ఫార్మ్ అయ్యారు. దీని వెనుక ఉన్నది సాల్మన్. ఆ సహకార సంఘానికి సాల్మన్ చాలా దగ్గర వాడు. వీవర్స్ సమస్యల మీద పని చేశాడు. రేపెప్పుడైనా మాకూ వాళ్లకూ మధ్య ఏదైనా సమస్య వస్తే అతని సహకారం మాకు అవసరం.”

“ఈ సంఘాలూ అవీ పెట్టి మన నెత్తిన ఎక్కుతారు, ఈ అలగా వాళ్ళ విషయం తెలియనిదెవరికి. అసలు బిజినెస్ మన గుప్పిట్లో ఉండాలి ప్రభాతా. వీళ్లందర్నీ నెత్తిన పెట్టుకుంటే రేపు మనల్నే పక్కన పెట్టేస్తారు.“ఇండైరెక్ట్‌గా రాజు కులాన్ని కూడా ఎత్తి చూపుతున్నట్టు అన్నాడు దివాకరం. “నువ్వు నాన్న మాటలు వినిపించుకోవటం లేదు. కనీసం ఆయన్ని ఆఫీసు విషయంలో జోక్యం చేసుకోనివ్వటం లేదు.”

ప్రభాత చివ్వున దివాకర్ మొహంలోకి చూసింది...

“మనుషులు నా గుప్పిట్లో ఎందుకు అంకుల్. నేను బిజినెస్ చేస్తున్నాను, నాకంటూ కొన్ని స్టాండర్డ్స్ పెట్టుకుని రన్ చేస్తున్నాను. సరుకు కొనటం అమ్మటంలో నా లాభం ఉంది. అయితే నాకు మాత్రమే కాదు నాతో పని చేసే అందరికీ సమానమైన లాభం ఇవ్వాలన్నది నా ఉద్దేశ్యం. వీవర్స్ తరతరాలుగా చేస్తున్న ఆ కళను పోగొట్టుకోకుండా ఉండాలని కదా మా గోల్. మీకు అంతా వివరంగా చెప్పటం ఇప్పుడు కుదరదు. మేం ఇస్తున్న కలంకారీ, మదుబని డిజైన్స్ దేశం మొత్తం వెళ్ళాలి. చాలా మందికి జీవనం ఇవ్వాలి.”

“అబ్బే! ఇది వ్యాపారం చేస్తున్నట్టు లేదు ప్రభాతా. ఎవరికో దోచి పెడుతున్నట్టు ఉంది. మీ నాన్న కూడా చాలా బాధపడ్డాడు. ఒక్కసారి ఆయన మాట విను. బిజినెస్ ఆయన చేతుల్లో పెట్టి చూడు రెండు నెలల్లో కంపెనీ ఎంత లాభాల్లో ఉంటుందో నువ్వే చూస్తావ్. మనకి రావాల్సిన కాంట్రాక్ట్ ఫ్రెండ్ అని ఆ సాల్మన్ గాడికి ఇచ్చాడు.”

“మాకు కావాల్సిన విధంగా మీరు వర్క్ చేస్తే మీకే ఈ కాంట్రాక్ట్ వచ్చేది” అన్నాడు రాజు.

“వాడికీ నాకూ పోలికేంట్రా. ఆ జాతి తక్కువ వెధవకీ నాకూ పోలికా. మీరంతా మా నెత్తిన ఎక్కటానికి వచ్చారు”

రాజు మొకం ఇప్పటికీ నవ్వుతో వెలిగింది.

"అవును సాల్మన్‌కీ మీకూ పోలిక లేదు. నిర్మల్ దగ్గర నుంచీ, మన కొండపల్లి బొమ్మల దాకా మన కంపెనీ కొత్త డిజైన్ ఇస్తోంది. మీకు తెల్సా అతను మంచి ఆర్టిస్ట్."

"చూసాం లే రోడ్ల మీదా, గోడల మీదా ఏస్తాడు."

" ఇంకేం, మీకు స్పెషల్ గా చెప్పనక్కర లేదు. పర్యావరణం గురించి ప్రచారం కోసం నేనే ఆ కాంట్రాక్ట్ ఇచ్చాను. ప్రతీ గోడమీదా వెయ్యమని. నాకో కరెక్ట్ పిక్చర్ కళ్లముందు కనిపించాలి. మొదటి నుంచీ చివరి వరకూ, పని మొదలు పెట్టి పూర్తయ్యే వరకూ.. ఆ పని నేను చేయగలిగీ, అది ఎదుటి వాళ్లు చేసి నన్ను మెప్పిస్తేనే ఆ పని వాడికి వెళ్తుంది. అండ్... దివాకరం సార్! ఇక్కడ మాకు పనికి వచ్చేవాళ్లనే తప్ప జాతులు, కులాలు చూసుకొని మేం పని చేయటం లేదు." రాజు గొంతు స్థిరంగా ఉంది.

"ఏందిరా నీకు కనిపించేది. అడ్డమైన..." కోపంలో మాట తూలాడు దివాకరం.

దివాకర్ మాట పూర్తి కాకుండానే రాజు లేచి నిలబడ్డాడు.

"మేడమ్ కాంట్రాక్ట్ సాల్మన్‌కి ఇచ్చేశాం. నిజంగానే ట్రయల్ బేసిస్ పైనే ఇప్పటి వరకూ అతన్ని పరిగెత్తించాం. ఇక సరికొత్త డిజైన్‌తో కొండపల్లి బొమ్మలు వస్తాయి చూడండి. ఇప్పటి వరకూ వాళ్లు కొన్ని చేస్తూ వచ్చారు. ఇప్పుడు ఇంకా కొత్త కాన్సెప్ట్‌తో బొమ్మలు చేయటానికి ఆర్డర్ ఇచ్చాం. ఇది అబ్రాడ్‌లో మన మార్కెట్‌ని ఇంకాస్త పెంచుతుంది. ఎకో ఫ్రెండ్లీ బొమ్మలే ప్రచారం చేస్తాయి."

"గుడ్ రాజూ, వెరీ ఇంట్రస్టింగ్. ఆ ప్రాజెక్ట్ ఫైల్ నాకు కావాలి."

"అవే విజువల్స్ చూస్తున్నాను, మీరు పిలిచారు. ఈవినింగ్ కల్లా ఫైల్ మీ ముందు ఉంటుంది. మరి నేను వెళ్లనా మేడం. ఇంకా నాకేమైనా చెప్పాలా?" అన్నాడు రాజు.

"ఏమీ లేదు, ఇక వెళ్లొచ్చు" అన్నట్టు తల ఊపింది ప్రభాత.

దివాకర్‌కి నమస్కారం చేసి, 'ఉంటాను సార్' అని ఒత్తి పలికి... వెళ్ళిపోయాడు రాజు. అతను వెళ్లిపోయేదాకా చూసింది ప్రభాత.

"ఇదేందమ్మాయ్... నీ మాటే వినడు. వాడే చెప్పుకు పోతున్నాడు."

"అతను సీయీవో మాత్రమే కాదంకుల్, కంపెనీలో ఒక డైరెక్టర్ కూడా. మీరు స్వయంగా మాట్లాడాలంటే పిలిచాను. అతని నిర్ణయాలు మా కంపెనీకి

ఎంత అవసరమో నాకు తెలుసు. ఇక్కడ ప్రతీ నిర్ణయం మేం కలిసే తీసుకుంటాం. అందరం సరే అనుకున్నాకే ఆ పని మొదలవుతుంది. ఈసారి మీరు పర్ఫెక్ట్ ప్రపోజల్ ఇవ్వండి. కాంట్రాక్ట్ మీకే రావొచ్చు"

"ఆళ్ల జనాలనందరినీ తీసుకొస్తాడు, చూస్తావుండు. నీ కంపెనీని ఆళ్ల చేతుల్లోకి తీసుకొని నిన్ను బయటకి గెంటేస్తారు. అబ్బే నీ మాట నీ ఆఫీసులోనే చెల్లట్లేదు." శాపనార్థాలు పెడుతున్నట్టు అన్నాడు దివాకర్.

ప్రభాత పైకే నవ్వేసింది... "నేను మనసులో తలచుకొంటాను. దాన్ని రాజు చేసి చూపిస్తాడు అంతే. మీరు ఇంకా ఏమైనా మాట్లాడాలా అంకుల్?" అంది ప్రభాత.

కోపంగా వెళ్లిపోయాడు దివాకరం... దివాకరం వెళ్ళిపోయేదాకా అక్కడే నిలబడింది ప్రభాత. ఆయన వెళ్లిపోగానే. మళ్లీ తన క్యాబిన్ వైపుకి దారి తీసింది...

11

"అదీ అలా జరిగిందన్న మాట.... " చెప్పాడు రాజు.

సాల్మన్ తల ఊపి "ఇక ఆపరా బాబూ నవ్వలేక పోతున్నా. అయినా మరీ అంత భయమేంట్రా ఆయనకు. వాళ్ళ బిజినెస్ బానే ఉంది కదా!"

"ఆయన బాధ, తన బిజినెస్ పోయిందని కాదు. అది నీకు వచ్చిందని. నువ్వూ అతనూ సమానమైపోతారన్న బాధ."

చేతిలో ఉన్న కాఫీ గ్లాసు టీపాయ్ మీద పెట్టి, సిగరెట్ వెలిగించుకున్నాడు. దీర్ఘంగా చూస్తూ గుప్పున పొగవదిలాడు.... రింగులు రింగులుగా గాల్లోకి లేస్తున్న ఆ పొగనే చూస్తున్నాడు రాజు.

ఆ సాయంత్రమే సాల్మన్ దగ్గరికి వచ్చాడు రాజు.. సాల్మన్ వాళ్లావిడ ఊరెళ్లిందని, ఇంటికి పిలిచాడు. ముందు మందుపార్టీకి ప్లాన్ చేసి రాజు తాగను అనటంతో అది కాఫీ పార్టీగా మారింది.

చిన్నగా దగ్గుతున్న రాజుని చూసి.. "ఏరా పొగ పడటం లేదా? అయినా ఇంజినీరింగ్ తర్వాత మాస్టర్స్ చెన్నైలో చేసావ్ కదా అక్కడైనా తాగటం అలవాటై ఉంటదనుకున్నా. ఇంకా అలాగే ఉన్నావ్ రా."

"వాటన్నిటికీ టైం లేదు మామా..! ఎక్కడ డిస్టర్బ్ అయినా ఓడిపోతానేమో అన్నంత భయం వేసేది. మే బీ ఆ భయం వల్లనే..."

"పర్లేదు లే... అయినా మన జాతుల్లోంచి ఇప్పుడిప్పుడే కదా ఒక్కొక్కళ్లు బయటికి వస్తున్నారు. వచ్చే ఈ గుప్పెడు మందిని చూసి కూడా రిజర్వేషన్ గాళ్లు

అనే చూస్తున్నారు. ఒక్క అడుగు ముందుకు వస్తే ఓర్వలేక పోతున్నారు." సిగరెట్ యాష్‌ట్రేలో పడేసాడు సాల్మన్. మొహం గంభీరంగా మారింది.

"హ్మ్! అందరం చదువుకుంటే జాబ్స్ వాళ్లకు రావేమో అంటారు. మనకోటా మనదీ, వాళ్లది వాళ్లకూ ఉన్నా కూడా. అలా కాదని ప్రైవేట్ సెక్టార్‌లోకి వచ్చినా కులం బుద్ధులు అంటూ ఎక్కడో ఒకదగ్గర అవమాన పడుతూనే ఉండాలి. గట్టిగా మంచి ఇంగ్లిష్ మాట్లాడినా వాళ్లకి గిట్టదు. మాదిగ ఎచ్చులు, ఎరకలి వేశాలూ అనే మాట విన్నప్పుడల్లా కోపం ఆగదు. పోనీ ఏదైనా బిజినెస్ చేద్దామంటే ఇదిగో ఈ దివాకర్ లాగా... చ..!" తల విదిలించాడు సాల్మన్.

"హ్మ్! ఎన్నాళ్ళు ఆపగలరు? మావా! మర్చిపోయావా తిండికి బట్టకు లోటులేకపోయినా ఏదో భయంగానే ఉండేవాన్ని హాస్టల్లో. ఎన్ని రోజులు క్లాసు బయట నిల్చున్నామో గుర్తుంది కదా. ఇంటికి పోతే ఈ మాత్రం తిండి కూడా ఉండదని ఆకలి కోసమే హాస్టల్‌లో చేరిన వరంగల్ యాదయ్యగాడు గుర్తున్నాడా? చెల్లె పెళ్ళికోసం అని మధ్యలోనే చదువు మానేసి ఏడుస్తూ భీవండి పోయిన భాస్కర్ గాడు. వాళ్లంతా అదే బతుకుల్లో చిన్న తనంలోనే బాధ్యతల్లో పడిపోయి అలాగే బతికేస్తున్నారు. మొత్తం మన బ్యాచ్‌లో కాస్తో కూస్తో చదువుకుని బయటికి వచ్చింది మనిద్దరమే... రెండు వందలమందిలో ఇద్దరమే నెలకి లక్ష సంపాదించే స్థాయికి వచ్చాం. ఇంకా...ఇంకా ఎందుకురా వాళ్లకి అంత కోపం మనమీద.? అలాంటి బతుకుల్లోంచి ఒకడో ఇద్దరో నీలాగో నాలాగో తలెత్తాలని చూసినా వీళ్లకు వెన్నులో వణుకు పుడుతుందెందుకురా?"

"లాస్టియర్ ఇదే టైమ్‌లో ఆల్మోస్ట్ చచ్చిపోదాం అనుకున్నా... ఉన్న ఆస్తులన్నీ అమ్మి రోడ్డు మీదకి తెచ్చిన ఆరు బస్సుల్లో నాలుగింటిని సీజ్ చేయించారు. అదే టైంలో లలిత ప్రెగ్నెంట్, తనని హాస్పిటల్ తీసుకు పోవటానికి కూడా డబ్బులుండేవి కాదు. ఒక పక్క బస్సులని విడిపించుకోవటానికి తిరగటం... అన్ని సరిగ్గానే ఉన్నా మూడు నెలలపాటు తిప్పారు. ఆఖరికి మా బాబాయికి తెలిసిన మంత్రిని పట్టుకొని, దాదాపు కాళ్లు పట్టుకున్నంత పని చేసి అయిదు లక్షలు సమర్పించుకుంటేగానీ పనవ్వలేదు. డ్రైవర్లకి జీతాలు, బస్సుల మెయింటెనెన్స్, కట్టాల్సిన ఫైనాన్స్ ఈఎమ్మైలూ.... ఇలా శిలువ మోస్తున్నట్టుండేది. అన్నీ తట్టుకుని నిలబడ్డాను. ఇప్పుడిప్పుడే మళ్లీ నీ సపోర్ట్ కూడా దొరికింది అనుకుంటుంటే మళ్లీ ప్రాబ్లమ్స్."

"అబ్బా వదిలేయ్ రా బాబూ, ప్రభాత సపోర్ట్ లేకపోతే నేనేం

చెయ్యలేకపోయవాడిని. ఆమె నా పట్ల చాలా పొసెసివ్ గా ఉంది. నీ కాంట్రాక్ట్ ఒకె అయ్యింది కదా, ముందు ఆ సంగతి చూడు. ఇంకా మాన్ పవర్ కావాలి పర్లేదా " అన్నాడు రాజు.

"అదంతా నేను చూసుకుంటాలే కానీ, నీ విషయం ఏమిటి? పెళ్ళి ఎప్పుడు? ఎవరైనా అమ్మాయిని చూసుకున్నావా? " ఇంకో సిగరెట్ వెలిగించాడు సాల్మన్.

ఆ పొగని చూస్తూ... "బాల్కనీలోకి పోదామా ఫ్రెష్ఎయిర్ వస్తుంది" అన్నాడు రాజు.

గట్టిగా నవ్వి, "సిగరెట్ ఆపమని చెప్పొచ్చుగా, అయినా సరే పద బాల్కనీలోకి కాదు బయటికి పోదాం. ఏదైనా రెస్టారెంట్కి వెళ్ళి మంచి భోజనం చేద్దాం". పదినిమిషాల్లో రాయల్ ఎన్ఫీల్డ్ మీద విజయవాడ రోడ్ల మీద ఉన్నారిద్దరూ. బందర్ రోడ్డులో కొత్తగా కనిపిస్తున్న హొటల్ ముందాపి, "కొత్తగా పెట్టారు ఇక్కడ బిర్యానీ బావుంటుంది లే"... చెబుతూ లోపలికి దారి తీశాడు.

ఆర్డర్ చేసాక... "హా ఇప్పుడు చెప్పు." అన్నాడు సాల్మన్.

"ఏంటి, ఏం చెప్పాలి..? "అర్థం కాక అడిగాడు రాజు.

"అదేరా... ఇంటిదగ్గర అడిగిన ప్రశ్నకి ఆన్సర్.. పెళ్ళి సంగతేం చేశావ్?"

"ఇప్పట్లో అలాంటి ఆలోచనైతే ఏమీ లేదురా. ఇంకో నాలుగైదేళ్ళు పోనివ్వు. చూద్దాం, ఆలోపు చేయాల్సిన పనులు చాలా ఉన్నాయి."

"ఏంటి అంత పెద్ద పనులు? నీకు పెద్ద బాధ్యతలు కూడా ఏమీ లేవు కదరా? చెల్లి పెళ్లి, తమ్ముడి చదువూ అని..."

"లేదు ! మరీ సమాజాన్ని ఉద్ధరించటానికి పెళ్ళి వద్దు అనే మాట చెప్పను గానీ. ఇప్పటికిప్పుడు మాత్రం ఆ ఉద్దేశ్యం లేదంతే.." తేల్చి పడేసాడు రాజు.

"సరే..! నేనేం ఇప్పటికిప్పుడు సంబంధం మాట్లాడి పెళ్లి చెయ్యను గానీ. నీ ఇష్టం లే... "

ఊళ్లో పిల్లల చదువుకోసం చేస్తున్న ప్రయత్నాలు, లైబ్రరీ, స్పోర్ట్స్ లో వాళ్లకి ట్రైనింగ్ ప్రోగ్రాం సంగతీ చెబుదామనుకున్నాడు గానీ, అవసరం వచ్చినప్పుడు చెప్పొచ్చు అనుకుని ఆ సంభాషణ ఆపేసాడు రాజు.

12

'ఇంకా రాలేదేందమ్మా?' అప్పటికి ఇరవయ్యో సారి అడిగాడు సత్యం.

'ఫ్లయిట్ లేట్ అన్నారు. మన వరహాల రాజు వెళ్లాడుగా వచ్చేస్తారే' చెప్పింది విమల వాచ్ చూస్తూ.

లిఫ్ట్ సౌండ్ వినగానే పరుగు తీస్తున్నట్టు వెళ్లాడు సత్యం.

వరహాలరాజు పక్కనే పదిహేనేళ్ల రవళి. విమల పోలికలతో... ఉంగరాల జుట్టు, బిగించిన పోనీ టెయిల్, పట్టులంగా వోణీలతో అచ్చంగా ఇప్పుడే పల్లెనుంచి వచ్చిన అమ్మాయిలా ఉంది రవళి. అచ్చంగా ఆనాటి విమలమ్మలాగే ఉంది కదా మనసులో అనుకున్నట్టు పైకే అన్నాడు సత్యం. రవళికి సత్యాన్ని పరిచయం చేస్తున్నట్టుగా "హి ఈజ్ మై డాడ్, సత్యం" అని చెప్పాడు.

"నమస్తే తాతయ్యా..! " అంటున్న రవళిని చూసి తన మనవరాలే అన్నట్టుగా సంబర పడ్డాడు సత్యం. అప్పటికే గుమ్మంలోకి వచ్చేసింది విమల. తనంత పొడుగ్గా ఉంది కూతురు. భుజాలు పైకెత్తి తల్లిని చూసి నవ్వింది రవళి. ఒకరినొకరు అలా చూసుకుంటూ ఉండి పోయారు. ఊహ తెలిసాక తల్లిని చూడటం రవళికి అదే మొదటిసారి. ఒడిలో బిడ్డగా చూసిన రవళిని ఇలా తనంత ఉన్న బిడ్డని చూడటం విమలకూ ఇదే మొదటిసారి. కొన్ని క్షణాలు ఆ పరిస్థితిని అర్థం చేసుకోవటనికా అన్నట్టు అలా ఒకరిని ఒకరు చూస్తూనే ఉండి పోయారు.

"ఏంటో, నాకు ఏడుపు ఆగటంలా" అన్నాడు సత్యం కళ్లు తుడుచుకుంటూ.

"అమ్మాయ్ నువ్వొత్తున్నావని.. నేను రవళిని అని ఫోన్ చేసావ్ చూసావా.

మీయమ్మ ఇంతవరకూ కళ్లు మూసినట్టు లేదు. రాత్రంతా నీకోసం ఆలోసిస్తానే ఉంది.” సత్యం మాట పూర్తవుతుండగానే అడుగు ముందుకు వేసి తల్లిని కౌగిలించుకుంది రవళి. ఇద్దరి కళ్లలోనూ నీళ్లు తిరుగుతున్నాయి... అది దుఃఖమో, అన్నాళ్ల ఎదురుచూపు ముగిసిందన్న ఉద్వేగమో కానీ.. కళ్లలో నీళ్లతోనే ఒకర్ని చూసి ఒకళ్లు మళ్లీ నవ్వుకున్నారు.

ఇదే నాయనమ్మ అయితే ఈ పాటికి పక్క ఫ్లాట్ వాళ్లు పరిగెత్తుకొచ్చేలా శోకాలు పెట్టేది, బహుశా తరాలు మారుతుంటే ఎమోషన్స్‌ని ఎక్స్‌ప్రెస్ చేసే విధానం కూడా మారుతుందేమో... అనుకుంది రవళి.

“నాన్నా మనం కాసేపు బయటికి పోదాం పదా,హోమేడమ్ పాపని లోపలికి తీసుకు వెళ్లండి. మేము ఏదైనా తినేసి మీకూ బ్రేక్‌ఫాస్ట్ తెచ్చేస్తాం. రవళి కాస్త ఫ్రెషప్ అవ్వు..” అని బయటికి దారి తీసాడు రాజు.

ఇద్దరూ చేతులు వదలకుండానే లోపలికి వెళ్లారు. ఏదో అపురూపమైన బొమ్మని చూసినట్టుగా చూసుకుంటోంది కూతురుని....హొ నవ్వుతూ అమ్మ మొహంలోకి చూస్తోంది రవళి.

“రవళీ, ఇంట్లో చెప్పేవచ్చావు కదా?” అడిగింది విమల.

“ఎందుకు చెప్పనమ్మా...? వచ్చే నెల్లో యూఎస్ వెళ్తున్నా కదా, మళ్ళీ ఓ రెండు మూడేళ్ల వరకూ ఇటు రావటం కుదరదు. ఒక సారి అమ్మని చూడాలి అని చెప్పాను. నాన్న కూడా పెద్దగా అభ్యంతరం చెప్పలేదు. సరే అన్నాడు. ఆయనే టికెట్స్ బుక్ చేసారు.”

అమ్మని చూడాలి అని అడిగాను.., అనకుండా, చెప్పాను అనటం చూసి ఆశ్చర్య పోయింది విమల. ఇది కదా నేను కోరుకున్న ధైర్యం. అనుకుంది. బిడ్డని చూసి ఇంకాస్త గర్వంగా అనిపించింది.

“రేపు మార్నింగ్ రిటర్న్ టికెట్ కూడా ముందే బుక్ చేశారు.” మరీ ఎక్కువ సేపు నీతో ఉండలేను అనే విషయాన్ని కూడా ఇండైరెక్ట్‌గా చెప్పేసింది.

“ఇవాళంతా నీకోసమే.. హెూల్ డే మీ అన్ మై మామ్” అంటున్న కూతురిని చూసి మురిపెంగా ముద్దు పెట్టుకుంది విమల. మూడేళ్ల పిల్లను పన్నెండేళ్ల తర్వాత చూడటం. పోలికల్లో తనలానే ఉన్నా.. మాట్లాడటం, కళ్లెగరేసి చూడటం మాత్రం సుధాకర్‌ని గుర్తు తెస్తున్నాయి.

“నేనచ్చం నీలా ఉంటానని, నీలాగే మొండిగా ఉంటానని అంటారు

నాయనమ్మ వాళు" మనసులో మాట తెలుసుకున్నట్టే అన్నది రవళి. కూతురి చేతిని తన చేతిలోకి తీసుకుంది, ప్రేమగా ఆ చేతిని నిమురుతూ "ఇంతకీ ఇప్పుడు అమ్మని చూడాలని ఎందుకనిపించింది?"

"అది కాదు, నువ్వే చెప్పు నన్ను నువ్వెలా మర్చి పోయావ్?"

"మరో అవకాశం లేక...."

"సేమ్ అమ్మా... నేనూ అంతే, ఇప్పటివరకూ ఆ టైమ్, ధైర్యం రెండూ రాలేదు."

చుట్టూ చూసింది రవళి. కొత్త ఇల్లూ విశాలంగా ఉన్న హాలు నిండా ఎక్కడ చూసినా పుస్తకాలే ఉన్నాయి. గోడకి ఒక దివాన్ కాట్, ఇటుగోడకి నాలుగైదు కుర్చీలు తప్పించి ఇంట్లో ఏమీ కనిపించలేదు. రవళి అలా చూడటం గమనించి "ఈ మధ్యనే ఇక్కడికి వచ్చాను రవళీ. ఇంకా ఇల్లు సర్దుకోలేదు. ఆఫీస్ పనే సరిపోతోంది, వీకెండ్ వస్తే సర్దుదామనుకున్నా... కానీ ఇప్పుడు నువ్వొచ్చావ్‌గా. అవన్నీ తరవాత చూసుకోవచ్చులే.."

"అవునా..! రాజు మామ చెప్పాడు."

విమల నవ్వింది.., నెమ్మదిగా మనసు మళ్లీ సర్దుకుంటోంది. అన్ని సంవత్సరాల తర్వాత కూతురిని చూస్తున్నా అనే ఉద్వేగం నుంచి కొద్దికొద్దిగా బయట పడుతోంది.

"ఒక ఖాళీని పూడ్చుకుంటున్నానేమో ..."

"నన్ను మిస్ అయ్యావ్ కదా?" తననే చూస్తూ అడుగుతున్న రవళిని చూసింది. అప్పుడు మనసులో గడ్డకట్టిన దుఃఖం ఏదో బయట పడింది. విమల కళ్లలోంచి కన్నీళ్లు బయట పడ్డాయి. కాసేపు అలా ఏడుస్తూనే ఉన్న విమలని కదిలించలేదు రవళి. ఆమెలో ఉన్న బాధనంతా అర్థం చేసుకుంటున్నట్టు ఆమెని కౌగిలించుకొని ఉండి పోయింది. కొన్ని సార్లు ఉద్వేగాన్ని చెప్పుకోవటానికి మాటలు పెద్దగా అవసరం ఉండవు. ఒక స్పర్శ, ఒక చిన్న కన్నీటి చుక్క చాలు అన్నీ అర్థం చేసుకోవటనికి. ఇప్పుడు ఆ తల్లీకూతుళ్ల స్థితి అదే. ఒకరితో ఒకరు ఆ స్పర్శతోనే మాట్లాడుకున్నారు.

"ఆ..ఆ ఇప్పుడు నన్నూ ఏడిపించకు. బీ కూల్ మా" అని చెబుతున్న కూతురి మెచ్యూరిటీకి ముచ్చట పడింది విమల.

"అసలు ఏడవద్దనీ, నీతో ఎప్పుడూ మాట్లాడద్దనీ అనుకునేదాన్ని చిన్నప్పుడు."

"మరి ఇప్పుడేమైంది?"

విమల ఒళ్లో తలపెట్టుకుంది రవళి.

"చిన్నప్పుడు వాళ్లందరూ చెప్తూంటే, నన్ను వదిలేసి వెళ్లినందుకు నీమీద కోపంగా ఉండేది. అసలు జీవితంలో నీ మొహం కూడా చూడకూడదు అనుకునే దాన్ని. కానీ ఇప్పుడిప్పుడే నువ్వేంటో తెలిసింది, ఇండిపెండెంట్ వుమెన్‌గా ఉండాలనుకోవటంలో ఎంత స్ట్రగుల్ ఉంటుందో తెలిసింది. కాలేజ్‌లో నా చుట్టూ ఉన్నవాళ్లని చూస్తున్నప్పుడు, జాబ్ చేస్తూ, సంపాదిస్తూ కూడా ఏమాత్రం ఇండిపెండెన్స్ లేని మా లేడీ లెక్చరర్స్‌ని చూసినప్పుడు అనిపించింది. యూ ఆర్ గ్రేట్ అని. వాళ్లందరికన్నా నువ్వు తీసుకున్న నిర్ణయంలో ఒక డేర్ స్టెప్ కనిపించింది. అదిగో అప్పుడు మళ్ళీ నిన్ను చూడాలనిపించింది. ఈ పేట్రియార్కియల్ సొసైటీలో ఎదురు నిలబడ్డ వారియర్ మా అమ్మ అనిపించేది. ఇండిపెండెంట్‌గా ఉండాలనుకున్న నీమీద ప్రేమ మొదలైంది, నిన్ను చూడాలనిపించింది మరి..." అని చిన్నపిల్లనిలాగా విమల బుగ్గని పిండి ఓ ముద్దు పెట్టుకుంది రవళి.

ఇక తానేం చెప్పుకోవాల్సిన అవసరం లేదని విమలకు అర్థమైంది. ఇన్నాళ్ల తన పోరాటం, తపన ఎవరికైతే చెప్పుకునే అవకాశం కూడా ఉండదేమో అనుకుందో. ఆ పిల్లే వచ్చి ఇప్పుడు తనకే తనని పరిచయం చేస్తోంది. మరింతగా హత్తుకుంది రవళిని.

మనసులో అప్పటి వరకూ ఉన్న కాస్త అపరాధ భావననుంచి కూడా తాను విముక్తం అయినట్టు అనిపించి మనసంతా తేలికగా అయిపోయింది.

"అమ్మా! రేపు మార్నింగ్ నేను ఫ్లైట్ ఎక్కేదాకా నీతోనే. ఏం చేద్దామో చెప్పు..., నేను యూఎస్ నుంచి వచ్చాక కొన్నాళ్లు నీతో, కొన్నాళ్లు నాన్నతో అట్లా ప్లాన్ చేసుకుంటా."

"నువ్వు వెళ్లిరా, అప్పుడు ఆలోచిద్దాం లే అవన్నీ... ఇక్కడ చాలా పనులున్నాయ్. ఇప్పటినుంచే నువ్ అవన్నీ ఆలోచించకు, రేపటి జీవితం నాకోసం చాలా బాధ్యతల్ని ఉంచింది. మూవింగ్ లైబ్రరీస్ ప్లాన్ నీకు చెప్పాలి. పల్లెల్లో పిల్లలకి పుస్తకాలు అలవాటు చేయటానికి ఇప్పటికే పదిహేను వెహికిల్స్‌లో మూవింగ్ లైబ్రరీస్ నడిపిస్తున్నాం. ఇంకొందరు రవళుల్ని తయారు చేయాలని ఆశరా" చెప్పింది విమల.

"డిజిటల్స్ బుక్స్ వచ్చాక ఈ పుస్తకాలెవరు చదువుతారు మమ్మీ, నేనైతే కిండిల్‌లోనే చదివేస్తా. నా చేతిలోనే పెద్ద లైబ్రరీ తీసుకుపోవచ్చు."

"అదే ఇప్పుడు మేం చేస్తున్న ప్రచారం కూడా. అసలంటూ చదవటం అలవాటైతే కదా.... వాళ్ళు కూడా కిండిలో మరే డిజిటల్ బుక్కో చదివేది. ఇలా డిజిటల్ బుక్స్, ఆడియో బుక్స్ ఉంటాయని వాళ్లకి పరిచయం చేస్తున్నాం లే . నీ అంత కాకపోయినా మేమూ కాస్త టెక్నాలజీ తెలుసుకుంటున్నాం. పిల్లలకి అంత టైం, అసలు ఏ బుక్స్ చదవాలన్న నాలెడ్జ్ ఇవ్వటం ఇప్పుడు మా మెయిన్ టార్గెట్."

"సరే...ఇవాళంతా నువ్వేం చెప్తే అది. పద ఆ పల్లెలకి వెళ్లొద్దాం. ఇది నా బెస్ట్ మెమొరీ. యూఎస్ వెళ్లొచ్చేదాకా..." అంటూ నవ్వింది రవళి.

ఎందుకో.., ప్రశాంతంగా అనిపించింది విమలకి. రవళి గురించిన భయం పోయింది. ఇక రేపు తాను మళ్లీ రాకున్నా పర్లేదు. అమ్మ మనసేమిటో రవళికి తెలిసింది అది చాలు అనుకుంది. తన కూతురునే చూస్తూ....

"చాలా భయపడేవాడ్ని రా రాజూ" అన్నాడు సత్యం. పాలిష్ రాళ్లు పరిచిన హాల్లో నేల మీద పడుకొని ఉన్నారు ఇద్దరూ.... పైన తిరుగుతున్న ఫ్యాను వంక చూస్తున్నారు. మొన్న ఊరెళితే.. చూసినోళ్లెవురూ "ఏరా, సత్తెవా ఏందీ కొత్త గుడ్డలేశావే అని ఎవ్వరూ అనలే, నువ్వెట్లాగున్నావూ, మనూళ్లో కుర్రాళ్లకి కూడా రాజుని ఉద్యోగాలిమ్మను అన్నారు. అప్పుడు... అప్పుడు నాకు ధైర్నం వొచ్చింది."

"అంతే నాన్నా, మనకి అలవాటు లేదు... పైగా మనిద్దరం అక్కడే కూలి పనికి వెళ్లాం కదా, ఫంక్షన్ హాళ్లలో వడ్డనకీ క్లీనింగ్‌కీ పోయినం కదా. మరట్టాంటి చోట మనం కారెక్కి దిగి తిరుగుతా వుంటే లోపల ఎలా ఉన్నా పైకి నవ్వుతూనే పలకరిస్తార్లే. అదే కదా నాన్న ఇన్నాళ్లూ కష్టపడి సాధించుకున్నది. ఆ చదువే నువ్వు చదివించకుంటే ఇప్పటికి ఆ ఊళ్లోనే మన స్థితి ఎలా ఉండేదో" అన్నాడు రాజు.

" ఒరే రాజూ, ఓమాట చెప్పనా, మళ్లీ నువ్వేమీ అనకూడదు నన్ను"

"నేను వద్దంటే చెప్పకుండా ఉంటావా? చెప్పు" అన్నాడు రాజు.

"రమేష్ ఏమన్నాడంటే... మన రాజు పెద్ద ఉద్యోగంలోకి వచ్చాక సానా మంది మనూరు కుమ్మరి పాలెంవోళ్లు రమేష్ కాడికి వచ్చి రాజు ఏం సదూకున్నాడు? డబ్బులు పెట్టకుండా ఎట్టా సదివాడు? అని అడిగారట. రమేషు గట్టిగానే సెప్పాడంట. వాడు హాస్టల్లలో, సరైన తిండి కూడా లేకుండా ఎన్ని అవస్థలు పడ్డాడో. ఎప్పుడూ సదువు వదల్లేదు... అని సెప్పాడంటా. అయితే వోమాట మాత్రం అడిగేడు. మన పేటలోనే కాదు కుమ్మరి పాళెంలో కూడా పిళ్లోల్లకి సదువుకునే మార్గాలు సూపెట్టే

పనేదైనా సెయ్యమన్నాడురా..."

నవ్వుతూ చూశాడు రాజు... "ఇదే, ఈ మాట కోసమే నాన్నా ఎదురు చూసింది. ఇలా చదువుకోవటానికి ప్రయత్నించే పిల్లలు, వాళ్లకి చదువు ఎంత అవసరమో అర్థం చేసుకునే తల్లిదండ్రులకోసమే... ఎదురు చూశాను. సరే. చేద్దాం వచ్చే వారం ఆ ఊరికే వెళ్లాలి అనుకుంటున్నా"

"ఇంకో మాట..."

"చెప్పు నాన్నా"

"పెళ్లి గురించి ఏం ఆలోచిస్తున్నావ్? మంచమ్మాయిని నువ్ పెళ్లి చేసుకోవాల."

"మంచమ్మాయి అంటే..? "

"వరాల రాజు లాంటి అమ్మాయి.."

"దొరుకుతారా?"

"ఎందుకు దొరకదు? నీలాగా ఎక్కడో పుట్టే ఉంటుంది. అ అమ్మాయి ఉందే, మన మేడమ్... ఆయమ్మాయికి నువ్వంటే శానా ఇష్టం రా రాజూ..."

"అవును నన్ను డైరెక్టర్‌ని చేశారు."

"కాదురా, అంతకన్న ఇష్టం ఉంది నువ్వంటే.."

"వద్దునాన్నా అలాంటి ఇష్టాలు ఇప్పుడేవీ వద్దు. నేను చాలా అలసి పోయినట్టుంది నాన్నా..."

"మనసు చాలా కష్టపెట్టుకున్నా... నువ్వు అంటరానివాడివి అనే మాట నోటితో చెప్పకుండా ప్రవర్తనలో చూపెడతారు నాన్నా. అది సానా కష్టం. మనసులో దాన్ని కోపం లాగా తీసుకోకుండా చాలా కష్టపడ్డాను. నేను ఎరకలి సత్తెం కొడుకుని కదా అని. నిముషం నిమిషం చెప్పుకున్నా. ఇప్పటికీ మనిద్దరం బయటే ఉన్నాం. నాకు తెలుసు నాన్నా ప్రభాతకి నేనంటే చాలా ఇష్టం. కానీ ఆ అమ్మాయిని ఈ కష్టంలోకి తేలేను. వట్టి సౌకర్యాలు మాత్రమే నీకు అలవాటు చేసేందుకు చేసిన ఈ పనులు, ఇక్కడున్న వస్తువులు ఇవన్నీ ఆమె జీవిస్తున్న జీవితంలో ఎప్పటి నుంచో ఉన్నాయి. ఆర్థికంగా పైమెట్టున ఉందని కాదు కానీ మేమిద్దరం చెరో ప్రపంచంలో ఉన్నవాళ్ళం నాన్నా. దాన్ని నేను దాటలేను, ఆమెని దాటించలేను. ఆమెను భరించే శక్తి నాకు లేదు."

సత్యం ఆదుర్దాగా లేచి కూర్చున్నాడు.

"ఏంటి నాయనా ఏదో నేను తెలిసో తెలియకో అంటే నువ్విట్టా బాధ పడ్డావు." అన్నాడు.

"బాధ లేదు నాన్నా... ఉన్న విషయం ఇది. సమాజం చాలా భయంకరంగా ఉంటుంది. చాలా హద్దులు గీసుకుని ఉంటుంది. మనం మంచిగా బతుకుదాం అని చూస్తా ఉంటే, వద్దనకుండా చూస్తుంది. కానీ ఎంతవరకూ నాన్నా... నేను కిందన నిలబడి ఉన్నంత వరకూ. నాకు నిషేధంగా ఉన్న మెట్లు ఎక్కానునుకో, బతకనివ్వదు. భయపడుతుంది, భయపెడుతుంది. ఇప్పటి వరకూ ఎవర్ని ఎలా ఉంచిందో అలా ఉంచితేనే ఎందరికో సుఖం. వాళ్ళ గుప్పిట్లో ఉండే పగ్గాలు వదులుకోరు నాన్నా"

"ఇంత పెద్ద ఉద్యోగం వచ్చినా ఇంతేనారా? "అన్నాడు సత్యం జీర గొంతుతో..

"అవున్నాన్నా... ఈ జీవితంలోకి రావటానికి అవతలి మనిషికి చాలా శక్తి కావాలి. చాలా సహించే శక్తి మన చుట్టూ ఉన్న సమాజాన్ని సొంతం చేసుకునే శక్తి, ఒక్క సారి ఆకాశం నుంచి దూకి రావాలి కదా." అన్నాడు వరహాల రాజు...

కళ్ల ముందు ఏవో మబ్బులు విడి పోతున్నట్టుగా అనిపించింది సత్యానికి. నిజమే కొన్ని సార్లు అంది వచ్చిన అవకాశాన్ని అందుకోవటం ఎంత ముఖ్యమో, కొన్ని అవకాశాలని పక్కన పెట్టటం కూడా అంతే అవసరం. అడుగు అడుగులో జీవితాన్ని గుప్పిట పట్టుకుంటూ వచ్చిన వాడు ఇప్పుడు మరికొన్ని చేతులకు ఆసరా కావాలంటే ఇక్కడే నిలబడి ఉండాలి.

ఏమో...! రేపెప్పటికో నా మనవడికైనా ఏ భయాలూ, అవమానాలూ లేకుండా నచ్చిన చోట నిలబడే రోజులు వస్తాయా?

"రాజూ, ఒక్కమాట చెప్పు. మంచి రోజులు వస్తాయంటావా?"

రాజు నవ్వాడు.

"ఇవన్నీ మంచి రోజులే నాన్నా. ఎప్పటివో, పాతకాలపు రోజులనుంచి నడుచుకుంటూ వచ్చావ్ కదా, ఇంకా నీకు అవే గుర్తు వస్తున్నాయి "సత్యం చేతుల్ని తన చేతుల్లోకి తీసుకున్నాడు రాజు.

"మరచిపోయావా నాన్నా చెప్పు. నాకో కొత్త జీవితం ఇద్దామనుకున్నావా లేదా, కష్టపడ్డావా లేదా, నేను నీ ఆశని అందుకున్నానా లేదా. ఇదే నాన్నా నువ్వు కోరుకున్న ఫలసాయం. ఇసుకలోంచి నూనె పిండావు. నువ్వు వేసిన రహదారి పైన నడిచి వెళ్ళడానికి నాకేం కష్టం కలిగింది. దారే లేని చోట నీ కాళ్ళకు ఎన్ని

గాయాలో తగిలి ఉంటాయి. ఎంతో నెత్తురు చిమ్మి ఉంటాయి....మొదటి అడుగులే కష్టం నాన్నా. తర్వాత ఏముంది... ముళ్ళన్నీ ఏరేసి, ఎత్తుపల్లాలు సరిచేసిన తర్వాత ఎంత మందైనా హాయిగా నడిచి రావొచ్చు. నాన్నా, నువ్వు గ్రేట్. నాకు నడకైనా రాకముందే నా భవిష్యత్తు చూడగలిగేవు. ఇంతకంటే అద్భుతమైన రోజులు ఇంకేముంటాయి నాన్నా చెప్పు"

"రాజూ..." అన్నాడు సత్యం.

గొంతులో అడ్డుపడిన దుఃఖం మాట రానివ్వట్లేదు.

రాజుని గుండెలకి హత్తుకున్నాడు.

"నాన్నా. నా చిన్నప్పుడు చెప్పేవే, ఆ కథ చెబుతావా"

రాజు ముఖం చూస్తా సత్యం నవ్వాడు.

"మొన్న మనూరు వెళ్ళినప్పుడు మీ ఆఫీస్ కదంతా చెప్పేన్రా రాజూ...మనోళ్ళంతా కన్నార్పకుండా ఇన్నారనుకో... ఆళ్ళంటారూ..."

సత్యం కొత్త కథ మొదలుపెట్టాడు.

ಞ

కథలు

ఆ గదిలో

ఆ గదిలోకి పరిగెత్తుకుంటూ వచ్చినరోజు నాకు జ్ఞాపకం ఉంది. "నీ వల్లే మా ఇంటికి పేరొస్తుందని... ఇంటి మర్యాద నిలబడుతుందనీ.." దీవెన పుచ్చుకొని సిగ్గుపడుతూ నవ్వుతూ ఆ గది గోడకు మొకం ఆన్చి... "అవును నేనే" అనుకున్నా. సరిగ్గా అయిదేళ్లు. నా పట్టు పరికిణీతో గిర్రున ఆ గదిలో చేతులు జాపి తిరగటం మొదటి జ్ఞాపకం. అది మా ఇల్లు. మా పుట్టింటి వాళ్ళు దాన్ని నా పెళ్ళి కానుకగా ఇచ్చారు. ఒక మూలగా ఉండే ఆ గదిలో ఆ గోడకి బ్రహ్మ కమలం అని అమ్మ ముద్దులాడే నా మొకాన్ని, బుగ్గనీ ఆనించి ఏ విషయాన్నైనా చెప్పుకుంటేనే నాకు ఆనందంగా ఉండేది. నాకు దొరికిన ప్రతీదీ ఆ గదిలో భద్రంగా ఉండేది. అది వస్తువా? జ్ఞాపకమా? ఆనందమా? వేదనా... ఏదైనా సరే. ఆ గది గోడకు నా బుగ్గ ఆనేది. ఆ స్పర్శ నాకు పుట్టుకతో వరంగా దొరికిన అమ్మ స్పర్శ లాంటిది.

అమ్మకు దొరక్కుండా దాక్కున్నా, తాటాకు బొమ్మల పెళ్లిల్లు చేసినా, లక్క పిడతలతో ఉత్తుత్తి భోజనాలు పెట్టినా, అలిగి కన్నీళ్లు పెట్టినా... ఆ గదిలోనే.

"ముద్దుగా దగ్గరికి తీసుకుంటే, అల్లరికి ఆనందించి ముద్దెట్టుకుంటే... అంతలా వగుస్తావెందుకే.. మన మామయ్యే కదా" అని అమ్మ కసురుకొని కన్నీళ్లు తుడిచినా "నన్ను ముట్టుకోనే వద్దు" అని పరుగులు తీసి రెండు చేతులా కౌగిలించుకున్నది ఆ గది గోడలనే. విశాలమైన ప్రపంచం ఇరుగ్గా, నా గదే ఎంతో విశాలంగా అనిపించింది అప్పుడే. ఆ క్షణంలో ఆ చిన్న గదిలో ఒక్కోటిగా నా చేతికి అందే పుస్తకాలతో నేను సృష్టించుకుంది ఒక అపురూపమైన ప్రపంచం.

యవ్వనం వచ్చిందని తెలిసిందా గదిలోనే. పాపాయి నుంచి

అమ్మాయివయ్యావంది అత్తయ్య. రెక్కల గుఱ్రం ఎక్కొచ్చి అందమైన వాడెవడో నిన్నెత్తుకు పోతాడని హాస్యాలు ఆడింది ఆ గదిలోనే. మా నాన్న చెల్లెలు మా మేనత్త... కలవారి కోడలు కలికి కామాక్షి ఇంకో అందమైన లోకాన్ని పరిచయం చేసింది ఆ గదిలోనే.

అవెంత బాగున్నాయంటే నా కాలేజీ పుస్తకాలు, నా నోట్సులు, ఫస్ట్ మార్క్స్ కోసం నేను పడే ఆరాటాలూ అన్నీ ఏమార్చి, నా ఊహల్లోకి ఒక రాకుమారున్ని మాటి మాటికీ తెచ్చి నిలబెట్టేవి. ప్రణయం అంటే ఇదేనంటూ నేను కనే కమ్మని కలలు. సిగ్గు బరువుతో వాలిపోయే కళ్లకింద భవిష్యత్ స్వప్నాలు. నన్ను ప్రేమించి, ఆరాధించి, లాలించి, గౌరవించి నేనే తన జీవితమనే నా ప్రియుడు, నా భర్త ఎలా ఉండాలో నేనెలా ఉంటానో ఆ గది గోడలన్నీ విన్నాయి. ఆ వయసులో నాకు సమాధానాలు అవసరం లేదు. గమ్మత్తయిన నా ప్రతి ఊహనీ వింటే చాలు. చదువుల సరస్వతినై ఊళ్లేలాలా... నా మనోహరుడి పాదాలముందు పువ్వునై పరవశిద్దామా? ఇదొక్కటే నా గది సమాధానం ఇస్తే బావుండనుకున్న భేతాళ ప్రశ్న. కానీ గది చెప్పని సమాధానం నాన్న చెప్పేరు. వెంటనే నేను పరుగులు తీసి నా గది గోడలకు దేవ పారిజాతాల్లాంటి నా బుగ్గల్ని ఆనించి నా పెళ్లి కబురు చెప్పిన క్షణాలు ఇప్పుడే పూసిన మొగ్గలంత తాజా జ్ఞాపకం. నా కళ్లనీ, నా పెదవుల్నీ నా యవ్వనాన్నీ మెచ్చిన ఆ రాజకుమారుడి గురించి ఆ వేళంతా విసుగు లేకుండా ఏం చెప్పానో, సంబరంగా ఏం విన్నాయో ఆ గోడలకే తెలుసు.

అప్పటి వరకూ తియ్యని రుచి, కమ్మని కలా మలయ మారుతం.. నవ్వే పూలూ.. అమ్మానాన్నల వాత్సల్యం, స్నేహసుఘంధం ఇవే తెలిసిన అనుభవాలు. మొదటి సారి నా గదిలో... నా బుగ్గలానిస్తే ఆ వేళ కన్నీళ్ల ఉప్పని రుచి తగిలింది పెదాలకి. రెక్కల గుఱ్రం ఎక్కొచ్చిన రాకుమారుడికి కట్నం చాల లేదని.. నాకంటే, నా నవ్వుకంటే నా ఆత్మార్పణ కంటే కాసులకే విలువెక్కువ ఇచ్చాడని నాన్న అమ్మతో అంటూంటే నిలబడ్డ ప్రపంచం ఇంకా ఇరుకై విశాలమైన నా గదిలోకి గుండెల్లో మోగుతున్న ఆర్తనాదాన్ని ఎవ్వరికీ వినిపించకుండా పరుగెత్తుకుపోయిన క్షణాలు ఇప్పుడూ సజీవం.

ఉద్యోగం చేసే అమ్మాయయితే కానీ కట్నం అవసరం లేదని కబురొచ్చినప్పుడు ఆ రాతి గదిలోనే ఉద్యానవనం మొలకెత్తింది. నా వ్యక్తిత్వాన్ని గుర్తించిన వాడొచ్చాడని అతని రాక కోసం వెన్నెల సంతకం చేసిందాగదిలోనే. పెళ్లయిందీ ముద్దులూ,

ముచ్చట్లూ, శరీరమూ, సుఖమూ సర్వం నేనొక స్త్రీగా మారిందా గదిలోనే. ఆ ఇల్లు నా పెళ్లి కానుకగా నాకే రావటం నిజంగా నా అదృష్టం. నా నెచ్చెలిని నా హృదయం తెలిసిన గదిని నేను వదలాల్సిన పనే లేదు.

కానీ, ఆ తర్వాత విషాదం మోసింది పాపం ఆ గది మాత్రమే. నన్నో అయ్య చేతిలో పెట్టామనే తృప్తి నా తల్లిదండ్రులకు దక్కితే నేను చాకిరీ యంత్రంగా మారిపోయి విశ్రాంతి ఎరుగని జీవన పోరాటం చేస్తుంటే సాక్షీ భూతంగా నోరెత్తకుండా చూస్తూ ఉంది నా గది మాత్రమే.

పెళ్లంటే వచ్చిన బహుమతి గది, ఇల్లు మాత్రం కాదు. నా భుజాలపై బరువు, భారం. ఊహకు అందని వాస్తవ జీవితం. ప్రేమలూ, ఆత్మార్పణలకూ అవకాశం ఇవ్వని పరుగుల జీవితం. ఇవన్నీ లేకుండానే ఒకళ్ళకొకళ్ళు ఎవ్వళ్లకీ ఏమీ ఇచ్చుకోకుండా కాపురం చేయొచ్చు. పిల్లల్ని కనొచ్చు. కానీ నాకెందుకో మనిషి మర అయిపోయిన భావన కలిగిన మాట వాస్తవం.

ఇప్పుడు ఆ గదిలో ముత్యం లాంటి నా పిల్లలు పుట్టారు. బుల్లి పెదాలతో పాలు తాగుతుంటే కళ్లలో కళ్లు పెట్టి కబుర్లు చెప్పి సముదాయించీ సెలవైతే లేదు కనుక నా రోజువారీ పరుగు ఇంకొంచం జోరందుకుని ఇల్లూ, పిల్లలూ, ఆఫీసు. మళ్లీ ఇల్లూ వంటలూ... ఇప్పుడు నా బుగ్గలు ఆనించి ఏపాటి వేదన నా గదికి చెప్పుకోవాలన్నా నిముషం తీరికలేని విలువ లేని చాకిరీ...

తమాషా నేను మా ఆయనా ఇద్దరం ఉద్యోగులమే. కానీ, నాకు అదనపు ఉద్యోగాలు రెండున్నాయి. ఇల్లూ పిల్లలూ. ఆయనకు వాటితో ప్రమేయం లేదు. ప్రవేశం లేదు. ఆయన పని తోనే ఆయన అలసిపోయేవారు. నాకు అలసట ఉందని ఆలోచించే తీరిక కూడా లేదు. నా ప్రతి అలసటకీ, ప్రతి చాకిరీకి, పిల్లల చదువులకీ అనారోగ్యాలకీ, వాళ్ల పెళ్లిళ్లకూ పేరంటాలకూ ఎన్నో నొప్పి తెలియని మందులు మింగుతూనే నెట్టుకొచ్చాను. మరెందుకో తెలియదు గానీ నొప్పి పోగొట్టే మందులు నా శరీరంలో ఒక్కో భాగాన్నీ తినేస్తూ వచ్చాయి. అప్పుడు దావానలంలా దహించి నా శరీరపు ఆరాటాన్ని తట్టుకునేందుకు గోడ గోడనీ కౌగిలించుకునే దాన్ని. కన్నీళ్లొస్తే కన్న బిడ్డలూ, కట్టుకున్నవాడూ శ్రమపడతారని సేవల్ని వద్దంటారని.. కళ్లని శాసిస్తే నిజంగానే నీళ్లింకి పోయాయి. పొడి బారిన కళ్లగురించి మరచి పోవాలని చూస్తే అసలు కళ్ళు కూడా నన్ను వద్దనుకున్నాయో ఏమో విశ్రాంతి అడగటం మొదలు పెట్టాయి.

గదినీ గోడల్ని వదిలేసి ఓ పది నెలలు, పెద్దమ్మాయి దగ్గర, ఇంకా ఆరు నెలలు కోడలి దగ్గరా పురుళ్లూ పుణ్యాలకోసం వెళ్లొస్తే... ఆ గది గుమ్మం దాటేందుకు కూడా నా కాళ్లు మొరాయించాయి. ఇది చివరి అనుభవం ఒక నెప్పే జీవితం. ఆ గదిలోనే నేను నా అరవై నాలుగో ఏట విశ్రాంతిగా పడుకున్నా. ఆరాటంగా ఆ గోడలవంక చూసేదాన్ని. నా నొప్పినీ, ఒంటరి తనాన్ని ఆ గోడలకు బుగ్గ ఆన్చి చెప్పుకోవాలని ఉంది. నా కళ్ళ భాష తెలియక నే చివరి క్షణాల్లో పిల్లల కోసం తపిస్తున్నానంటారు మా వారితో సహా బంధువులంతా. మౌనం కూడా ఒక భాషే అని, ఆ భాష ఆ భావం నాకూ గోడలకూ తెలుసనీ నేనిప్పుడు వాటితో మాట్లాడుతున్నానని చెప్తానా? వాళ్లు నేనింకేదో కోరుకుంటున్నానంటారు. నవ్వొస్తోంది. సర్వ శక్తులతో ఈ ప్రపంచంలోకి అడుగుపెట్టి ప్రతి క్షణాన్ని నేను అర్థవంతం చేసుకోవాలని ఆశపడితే అర్థం చేసుకుందా ఈ లోకం. ప్రపంచం నిర్దేశించిన విధంగానే మసలు కోవాలని, అదే జీవిత పరమార్థం అని నా నెత్తిలోకి ఇంకేలా నేర్పించలేదా? మనసు కంటే మనిషి కంటే కనకపు గలగలలకే విలువుందని నిరూపించలేదా? నా బాల్యం, యవ్వనం, తొలి ప్రణయం, తొలి ముద్దు, తొలి బిడ్డ అన్నీ ఇక్కడే నా అనుభవాలుగా విన్న గోడలకు మాత్రం నా ఘోష తెలుసు. బహుశా నా ప్రాణవాయు ప్రసారం ఇక్కడనుంచే, ఈ గది లోని నా హృదయం తెలిసిన గోడలనుంచే. ఇక తీసుకునేందుకూ, ఇచ్చేందుకూ, నాకు ఏమైనా దొరికేందుకు, దక్కేందుకూ ఈ ప్రపంచంలో ఏవీ ఇక రావని తేల్చుకున్నాయేమో ఈ గోడలు. నా ప్రాణం కోసం ఇచ్చే గాలినీ కనిపించని గుప్పెట సాచి లాక్కుంటున్నాయేమో. గాలిలోకి చేతులు చాపితే ఏదీ అందని శూన్యమే. నాకు తెలుస్తోంది. నా గోడలు నన్ను జాలిగా చూస్తున్నాయి. నన్ను కన్న తల్లిదండ్రులనుంచి, నేను కన్న బిడ్డల వరకూ నా భుజాలపై మోపిన భారాన్ని ఇష్టంగా మోసేశాక నా చేతికి అందింది శూన్యమైన ఈ ఖాళీ గది మీద ప్రేమనే...

"ఇంట్లో మరణించటం మంచిది కాదనుకుంటా. బయటికి పట్టుకు పోదామా..?"

నా చెవిని పడ్డ ఆఖరు మాటలు అవి. నాకళ్లు వాలిపోతున్నాయి..... శరీరం తేలికవుతోంది, ప్రతీ కణంలోంచి ప్రాణం వెళ్లిపోతోంది... ఈ గదిలోంచి... నా స్పర్శ తెలిసిన గది గోడలను వదిలేసి నేను శూన్యంలోకి...

ప్రవాహం

అది నా కల.

"నీదా...నీదా... ఎలా?"

"ఆలోచించు. నాది కాదా... నా కోసం టైం, జాబ్, ఇల్లు, పిల్లా, వేదించని భర్తా... ఇంకా..."

"స్టాప్. నన్ను మరీ సన్నాసిని చేయక్కర లేదు. నేనడుగుతోంది ఆ ఇంట్లో నీ వినయం, విధేయత, భయం గౌరవం... ఇవ్వాళంతా చూసే సరికి నాకు మతి పోయింది. మళ్లీ ఇప్పుడు చూడు మనం గుళ్లోకొచ్చాం... గుళ్లోకే."

"ఏం అయితే ఇది మా అపార్ట్ మెంట్ గుడి... వెహికల్స్ రావు, పిల్లలు బయటికిపోరు, సెక్యూరిటీ స్ట్రిక్ట్... చుట్టుపక్కల వాళ్లకు పాపాయి చక్కగా తెలుసు. పిలిస్తే తప్ప అది మన జోలికి రాదు. ఒక వేళ ఆకలని వచ్చిందే అనుకో ఉదయం నాలుగు గంటలకే నేను లేచి మనకు ఇష్టమైన స్నాక్స్ ప్రిపేర్ చేశానా లేదా? ఇప్పుడు మనం హాయిగా కబుర్లు చెప్పుకోవచ్చు."

"ఇదిటే స్వేఛ్ఛ... ఇదా స్వేఛ్ఛ... నువ్వు అపూర్వవేనా? నాకు కడుపులో తిప్పుతోందే. అతనేంటి ఆ సోఫాలో చేరి సుత్తి ఫోనులు. అదేదో నీ మీద ప్రేమ మండినట్లు, నేను గ్లాసు కిందపెట్టినా సరే, వద్దండీ ఇలా ఇవ్వండి పైన నీళ్ల తడి ఎండి పోయి తెల్లగా మరక లాగా కనిపిస్తుందని, అపూర్వకు నచ్చదు అని గ్లాసు అందుకోబోతాడు. పెద్ద పని చేస్తున్నట్లు, ఆ వంటింట్లో ఇద్దరు హెల్పర్స్ తో నువు తలకిందులుగా తపస్సు చేస్తున్నట్లు పని చేస్తూ ఉంటే మనసు కొట్టుకు పోయింది."

"సరే హర్ట్ అవను అంటే చెబుతా. నువ్వు రెండు రోజులైంది వచ్చి... ఆఫీసు క్యాంపు అని వచ్చావు... రెండు రోజులు ముందొచ్చి నీతో ఉంటా అన్నావు. సరే నీకు అన్నీ అమర్చి పెట్టేను. మళ్లీ నా ఉద్యోగానికి పోయాను. నువ్వు ఒకరవ్వ పని అందుకున్నావా? పోనీ హెల్ప్ చేసేదా అనయినా అన్నావా?"

"సారీ.. ఏమోనే...కొత్త చోటు కదా... నువ్వే కదాని కొంచెం రిలాక్సయ్యాను..సారీ..సారీ.."

"అదిగో అన్నన్ని సారీలు వద్దులేగానీ, విషయం చెబుతున్నా నువ్వు ఎందుకు హెల్ప్ చేయలేదు... నేనెందుకు నిన్ను అడగలేదు. నువ్వు నా ఫ్రెండ్ వి. నా ఇంటికి వచ్చి రెండు రోజులు ఉంటానన్నావు. సంతోషమే కదా! ఇలా సాయంత్రం కబుర్లు చెప్పుకోవచ్చు. నిన్ను చూసి ఏళ్లయింది. ఇలాగయినా వచ్చావు అనుకున్నా."

"సరే మాట తప్పించకు. నీ కబుర్లు, నీ ఫెమినిస్ట్ వాదనలూ ఏమయ్యాయి. ఈ సతీ అనసూయ అవతారం ఏమిటి?"

"పోనీ ఎలా ఉండాలి చెప్పు. పోనీ నేను ఈ బానిస పెళ్లి, పిల్లలు లేకుండా, వంటరిగా, ఉద్యోగం చేస్తూ చక్కని జీతం అద్భుతమైన ఇంట్లో హాయిగా ఉన్నాననుకో , అప్పుడైనా నాకోసం వండుకోవాలా వద్దా? మనకి శుభ్రాలు కావాలి. ఇల్లు తుడుచుకోవాలి, లేదా తుడిపించుకోవాలి, తిండి కావాలి, వ్యాయామం కావాలి, తోడు కావాలి. వయసులో కలిగే కోరికలు తీరాలి. పిల్లలు కూడా కదా ఒక్క పిల్ల ఉంటే బావుండు కదా... అవే కదా. ఇవన్నీ నా ఇష్టం వచ్చిన జీవితమే కదా ఇది.."

"కానీ నీ లైఫ్ లాగా లేదే అపూర్వా. నీ మొగుడు... పేరేంటే... ఆ విశ్వేశ్వర్. ఆ విశ్వేశ్వరుడిని భక్తి శ్రద్ధలతో కొలుచుకున్నట్టు ఉంది. మరీ ఇంత లొంగు బాటా? అగ్గగ్గలాడుతూ అన్నీ అమర్చి పెడతావా? అతనికేం బాధ్యత లేదా?"

"వన్ మినిట్.. బాధ్యత ఎందుకు లేదు! నీ ముందే ఏనుగంత కారు చెమటలు కక్కుతూ తుడిచాడు. నిన్ను ఆఫీసులో వదిలి పెట్టాడు. బుద్ధిగా మళ్లీ తీసుకువచ్చి నీకోసం నేను చేసి పెట్టిన టిఫిన్ ఎక్కడుందో చూపెట్టాడు. నీకు అడ్డం రాకుండా హాల్, టీవీ, రిమోట్ నీ చేతిలో పెట్టేసి గదిలోకి పోయాడు. రైట్... ఇంకేం కావాలి? అన్నట్టు నీకు రేపు ఉదయాన్నే పని ఉందీ అంటే నీకు టిఫెన్ పెట్టించి నిన్ను దింపేస్తానని మాటిచ్చాడా లేదా"

"చి..చి.. నువు మాట కారివి. నన్ను బోల్తా కొట్టిస్తున్నావు. ఇది కాదు... అస్సలు ఇవి కావు, నేను చెప్పాలనుకున్నదీ, అనాలనుకున్నదీ ఎటో పోయింది. '

"గుర్తు తెచ్చుకో తీరిగ్గా, ఇదిగో ఈ వేరుశనగ పప్పు, బెల్లం ముక్కలు తింటూ ఆలోచించుకో. అడుగు."

వినతి చేతిలో చిన్న బాక్స్ పెట్టింది అపూర్వ. శుభ్రంగా మురికి లేకుండా ఉన్న చిన్న బాక్స్‌లో గుప్పెడు వేరుశనగ గింజలు చిన్న బెల్లం ముక్కలున్నాయి. తన చేతిలో ఉన్న బాక్స్ నీ అపూర్వనీ మార్చి మార్చి చూసింది వినత. అపూర్వ దూరంగా ఆడుకుంటున్న కూతురుని చూస్తోంది. స్కూలు నుంచి ఆ పిల్ల వస్తూనే అలవాటుగా కాళ్లూ చేతులూ కడుక్కుని అపూర్వ రెడీగా తీసి మంచం పైన ఉంచిన డ్రెస్ మార్చుకుని, ఫ్రెష్ గా తయారయింది.

"మన చేతన ఫోరం పనుల్లో ఇప్పుడు నువ్వున్నావా?"

"ఎందుకుండను, నేనే సెక్రెటరీని. నెలకో మీటింగ్ జరుపుకుంటాం. నువు ట్రాన్స్ ఫర్ అయి వెళ్లాక మధుర ప్రెసిడెంట్ గా వచ్చింది తెలుసుగా? ఈ సంవత్సరం శానిటరీ నాప్ కిన్స్ మొదలు పెట్టేం. ఇక్కడ గవర్నమెంట్ స్కూళ్లు ఉన్నాయి కదా! ఆ పిల్లలు చాలా మంది సాయంత్రం పూట ఇక్కడికి వస్తారు. అందరం ట్రైనింగ్ తీసుకున్నాం. నేనూ పిల్లలతో కలసి పని చేస్తాను."

"ఎక్కడుంది సెంటర్?"

మన అపార్ట్ మెంట్ లోనే. మొదట్లో కన్ స్ట్రక్షన్ అప్పుడే నేను మన ఇంటికి డబ్బు కట్టేసి ఏదో ఒకమూల రెండు గదుల చిన్న ఇల్లు వచ్చేలా చూడమన్నాను. ఒక కార్నర్ లో ఇంటికి మధ్యలో రెండు స్తంభాలు పడ్డాయి. అది తీసుకుంటావా అని అడిగాడు బిల్డర్. ఫలానా పని కోసం కావాలి. అక్కడ రెండు మిషన్లు శబ్దం పెద్దగా రావు. పిల్లలు గొడవలేకుండా నెమ్మదిగా పని చేసుకుంటారు అని చెప్పేను. బిల్డర్ దాన్ని మనకు ఉచితంగానే ఇచ్చాడు. శానిటరీ ప్యాడ్స్ తయారీ అక్కడే. ఒకటి మెటీరియల్ ఉంచుతాం.చిన్న కిచెన్ ఉంది. వండుకోవచ్చు. టిఫిన్, కాఫీ చేసుకోవచ్చు. పిల్లలు ఏదైనా వండుకు తిని క్లీన్ చేసి పని చేసుకుంటారు. అందరూ వస్తామంటారు కానీ చోటులేక వారానికి కొందరు అని టైం పెట్టాను."

వినత మాట్లాడలేదు." మీటింగ్స్ ఉంటాయా?" అంది కాసేపు ఊరుకొని.

"ఎందుకు ఉండవు... ఉంటాయి ఇప్పుడు స్ట్రీట్ ప్లేస్ వేస్తున్నాం."

“అమ్మాయిలు ఎంత మంది జాయిన్ అయ్యేరో. రాత్రి వేళ, ఎవేర్నెస్ క్యాంపెయిన్ లాగా ఈ ప్లే తో మొదలు పెడుతుంటాం.”

“విశ్వేశ్వర్ ఒప్పుకున్నాడా? ఈ వర్క్, రాత్రుళ్లు పని..”

“నెలలో రెండు సార్లే కదా! మిగతా రోజులు విశ్వేశ్వర్ కి ఏ కష్టం కలుగదు కదా! బయటకి పోవాలి. ఇంటికి వచ్చి ఏదేనా తినాలి. నాతో పాటు నలుగురైదుగురు ఉంటే భోజనం కావాలి కదా!” వినత చూస్తూ ఊరుకుంది.

“నిజమే. తనూ ఫోన్ చేసి రెండ్రోజులు నీదగ్గరే ఉంటానని చెప్పింది.”

అపూర్వ చాలా తొందరగా లేచింది. హెల్పర్స్ ఇద్దరు వచ్చారు. అందరూ నిద్రలేచేసరికి టిఫిన్, బయటికి పట్టుకుపోయే లంచ్ బాక్సులు రెడీ. ఇల్లు శుభ్రంగా ఉంది. రెండు పడకగదులు వదిలేసి క్లీన్ చేశారు. బట్టలు ఉతికేశారు.

“అవును, ఈ హెల్పర్స్ రాకపోతే నీ గతి ఏమిటి? నువ్వే అన్నీ చేస్తావా?”

“ఏ రోజుల్లో ఉన్నావే నువ్వు. ఒక్క ఫోన్ కాల్ తో అన్ని సర్వీస్‌లు ఇంటికొస్తాయి. క్లీనింగ్ తో సహా”

“ఇంత డబ్బు వేస్ట్ అని విశ్వేశ్వర్ అనుకోడా?”

“పోనీ నా జీతం ఉంది కదా నువ్వు అనే వేస్ట్ కోసం.”

“అన్నిటికీ సమాధానాలు చెబుతావు. ఒక మనిషిని నీ నెత్తిన పెట్టుకొని మోస్తున్నావు.”

“లేదు వినతా. నీ ప్రశ్నలకు సమాధానం చెబుతూ నాలోకి నేను చూసుకుంటున్నాను. నేను కరెక్ట్‌గా చేశానా? సమర్థించుకుంటున్నా? నా అణచివేతలు ఒప్పుకుంటున్నానా? అసలు నువ్వు అడుగుతున్న ప్రశ్నలకు, సరైన సమాధానం నేను నిర్ణయించుకున్న జీవితంలోంచి ఇవ్వగలుగుతున్నానా? ఫెయిలయ్యానా... ఇది సక్సెస్సేనా?”

“అట్లా కాదుగానీ అపూర్వా, ఈ పెళ్లనే సెటప్ లోనే నానా లొసుగులూ ఉన్నాయని, అణచివేతలకు నాంది ఇక్కడినుంచే అనేదానివి. మరి నువ్వు ఈ అడ్డమైన చాకిరీ నెత్తిన వేసుకుని ఈ కుటుంబ వ్యవస్థని మోస్తూ నువ్వు క్షేమంగా ఉన్నాననుకుంటూ మోసం చేసుకుంటున్నావేమో?”

"బహుశా అవునూ... కాదూ. ఈ జీవితం నాకూ కావాలనిపించింది. మంచి సెక్సువల్ లైఫ్, నాకో తోడూ లేదా అర్థం చేసుకునే మనిషి, ప్రశాంతమైన జీవితం, కొన్ని సదుపాయాలూ ఉంటే నేను అనుకున్నట్లు అన్నీ చేయగలననిపించింది."

"ఎంతో ఆలోచించాను. నేను పుట్టి పెరిగింది పెద నందిపాడు. చిన్న పల్లెటూరు అది. నువ్వూ చూశావు కదా. అమ్మా నాన్నా పొలం పనులు అక్కడ అలవాటైన ఒక పద్ధతి. అమ్మ పొలం పనులే చేసేది. అంటే మెయిన్ పని. సంపాదన అమ్మదే మరి, నాన్న కొంత చేస్తాడు. కానీ పొలానికి కూలీలను తీసుకుపోవటం, వాళ్లకోసం వండుకోవటం అమ్మ ఎవ్వళ్లకీ ఇబ్బంది లేకుండా చేసేది. ఉదయాన్నే చేసేది. ఇప్పుడూ నేను చేస్తున్నట్టు. నాన్న అమ్మని అణచి వేసినట్టు లేదు. చచ్చేలా పొలం పని తప్ప పోట్లాటలకు దిగే తీరికలూ, ఓపికలూ వాళ్లకు లేవు. మరి అట్లాంటి చోట నన్ను పెళ్లో అని విసిగించే ఉంటారు కదా! గవర్నమెంట్ జాబ్ వచ్చేదాకా వాళ్లూ మాట్లాడలేదు. చదువుకుంటూ, ఉద్యమాల్లో పని చేసినా, మీటింగ్‌లని తిరిగినా వాళ్లు నన్నేమనలేదు."

"సరే మరి విశ్వేశ్వర్ ముందే ఇదంతా సరే అన్నాడా?"

"అస్సలు... అతని ఊహలో కూడా ఇదంతా లేదు. అతను మామూలు మగ పిల్లాడిలాగే భార్య వస్తే అన్నీ అమర్చి ఉద్యోగం చేసి గణిస్తూ, నోరెత్తకుండా పెళ్లాం పాత్రలో దొరుకుతుంది. పెత్తనం చేద్దామనే అతని ఉద్ధేశ్యం మరి."

"ఏంటి మరి ఇప్పుడు అలాగే అనుకుంటున్నాడా?"

"ఇది నా కల అని అతనికేం తెలుసు. పిలిచి కూర్చోబెట్టి నాకు ఫుల్ గా పనులుంటాయి, నేను నా ఇష్టం వచ్చినట్లు ఉంటాను అని నేనేప్పుడూ చెప్పలే."

"అంటే మౌనంగా...."
"నీ బొంద.... జరిగిన విషయం చెబుతున్నా"
"మరి అతని వైపు అత్తగారూ, ఆడబిడ్డలూ.."

"అందరూ ఉన్నారు. వాళ్లపై ప్రత్యేకంగా నాకు కోపం ద్వేషం ఏమున్నాయి. ఎందుకుంటాయి. మా అమ్మా నాన్న పై ఉన్నాయా? ప్రతీదీ చూస్తూ సరే అనుకుంటూ మొదలెట్టా."

"అంత పకడ్బందీగా ఎట్లా?"

"నీ మొహం నేనేం ప్లాన్లు గీసుకోలేదు. జీవితాన్ని అంగీకరిస్తూ వచ్చా, మనుషుల స్వభావాలు చూస్తూ అర్థం చేసుకుంటూ వచ్చా. తెలుసుకుంటూ వింటూ, చేస్తూ...."

"ఎప్పుడూ ఘర్షణ లేదా?"

"ఆ అవకాశం నేనే ఇవ్వలేదు. ఊర్లో చెరువుందా? కొన్ని చోట్ల గట్టు ముందుకూ, వెనక్కూ ఉంటుంది. ఆ వంకలకు అనుగుణంగా నీళ్లు ప్రవహిస్తూ ఉండటం చూశాను. అలా పక్కనించి వెళ్లిపోవటం నాకు నచ్చింది."

"అదేనే సతీ అరుంధతీ! ప్రతీ సమస్యా పక్కనుంచి తొలగిపోతూ అదే కరెక్ట్ అని నాకు చెబుతున్నావా?"

"చెప్పేనా? నేను అట్లా చేశానా? నేనో మార్గం ఎంచుకున్నా. ఘర్షణలేని అతిమామూలు జీవితం ఎంచుకున్నా. మనకి సొసైటీలో ఒక అమర్చి పెట్టిన వ్యవస్థ ఉంది. దాన్ని నువ్వో, నేనో మార్చలేం. ఇది కాక లివ్ ఇన్ రిలేషన్‌లో ఉండే స్వేచ్ఛనీ నేను దృష్టిలో పెట్టుకున్నా. ఏ నిమిషం ఈ లైఫ్ ఇద్దరికీ ఇరుగ్గా అనిపిస్తుందో అప్పుడే దానికి ఫుల్ స్టాప్ పెట్టాలని."

"ఇంత వరకూ అనిపించలేదా?"

"మా ఊళ్లో మా అమ్మా నాన్నల ఇష్టం ప్రకారం, వాళ్ల పద్ధతిలో పెళ్లయ్యాక ఒకటీ రెండు రోజుల్లో ఇది కుదిరే పని కాదనిపించింది."

"అపూర్వా... మరెందుకిలా, ఓర్చుకుంటూ, సహిస్తూ ఉంటావా?"

అంతేమీ లేదు. నా ఉద్దేశ్యం నేను పెళ్లాడితే విశ్వేశ్వర్ ఒక్కడే నా జీవితంలోకి వచ్చేది అనుకున్నా. చిత్రంగా 70 ఏళ్ల అత్తగారు నా వైపు చూస్తోందనీ, నానుంచి ఏదో ఆశిస్తోందనీ రెండవరోజు తెలిసింది.

" ఆవిడ పల్లెటూల్లో ఉంటుంది. విశ్వేశ్వర్ కి ఆమెని చూసుకునే ఓర్పు గానీ అవకాశం, బాధ్యత గానీ ఏవీ లేవు. అతను ఈజీ గోయింగ్. ఇవాళ గడిస్తే లేదా తనకు కష్టం కాకుండా తనకే బాధ్యతలూ లేకుండా ఉండాలి. ఒక 70 ఏళ్ల మనిషి వాళ్ల ఊళ్లో ఇప్పటివరకూ నివశించిన ఇంటికి వెళితే, ఒక శిథిలమవుతున్న ఇల్లు. మామగారు పోయి నాలుగేళ్లయ్యిందట. విశ్వేశ్వర్ కి జాబ్ వచ్చాక ఆమెను రమ్మనా లేదు, తాను పోయి రెండు రోజులు ఉండనూ లేదు. జీతం అందుకోగానే

ఆమెకు సరి పోతాయి అని తను అనుకున్నడబ్బు ఆమెకు పంపేస్తాడు. అంతే అతని బాధ్యత. ఆమె నన్ను అడిగింది. అమ్మాయీ నన్ను తీసుకుపోతావా? నిన్ను విసిగించను. వాడినీ నిన్నూ నీకు పుట్టే వాళ్లనీ చూస్తూ ఏదో ఒక మూలన ఉంటాను. చేతనైనంత పని చేస్తా. నిన్ను తాకను కూడా తాకను, పలకరించను నన్ను నీతో ఉండనివ్వు' అని ఆమె చేతనైనంత భాషలో అడిగింది వినతా... "

"అంటే ఆమెకోసం ఇదంతా చేస్తున్నాను అని సమర్థించుకుంటున్నావా? మాట వింటూ, వినయంగా అన్నీ కాళ్ల దగ్గర అమర్చే భార్యలాగే ఉన్నావు అపూర్వా."

అపూర్వ నవ్వింది. వినత చెయ్యి తన చేతిలోకి తీసుకుంది.

"అసలు నువ్వేం వినాలనుకుంటున్నావు, జీవితం మనకు ఇచ్చే ఒక తమాషా నీకు ఎందుకు కనబడటం లేదు. నాకు కొంత అనుకూలంగా ఉండే జీవితం కావాలనుకున్నా. విశ్వేశ్వర్ తన జోలికి రాకపోతే చాలు అనుకున్నాడు. మా అత్తగారు చివరి రోజుల్లో నీతో ఉంటా ఒక్క మాట కూడా మాట్లాడకుండా అని కోరింది. దేన్ని నేను కాదన్నా ఒక ఘర్షణ కావచ్చు, కానీ నేను అనలేదే.." అన్నది అపూర్వ లేచి నిలబడుతూ. పక్కన ఆడుకుంటున్న పాప వైపు చూసింది.

"పాపా, నానమ్మ దగ్గరికి పోదాం రా." అన్నది.

పాప ఆడుతున్న బంతిని వదిలేసి పరుగెత్తి వచ్చింది. సెల్లార్ లో మూలగా ఉన్న ఇంటివైపు నడిచారు ముగ్గురూ. విశాలంగా ఉన్న ఆ గదిలో మూలన రెండు మిషన్ల పైన శానిటరీ నాప్ కిన్స్ ప్రెస్ చేసి తీస్తున్నారు నలుగురు అమ్మాయిలు. మూలగా ఉన్న దివాన్ కాట్ పైన నూలు చీరె కట్టుకుని సన్నగా ఉన్న ముసలమ్మ ఉంది.

నానమ్మా అంటూ పరుగెత్తబోయిన కూతురు చెయ్యి గట్టిగా పట్టుకుంది అపూర్వ.

"అలా స్పీడ్ గా వెళ్లి పడుతున్నావు. నాయనమ్మకి నొప్పి అవుతుంది. నెమ్మది.." చెప్పింది కూతురికి.

తల ఊపినట్టే ఊపి రివ్వున వెళ్ళి ఆమె పైన వాలిందా పాప. పడ్డ భారానికి మంచం వైపుకి వంగి.. వస్తున్న కోడలిని చూసింది యశోదమ్మ. అపూర్వ తల ఊపి అక్కడకు దగ్గరగా వేసిన చాప పైన కూర్చుంది. ఒక పక్కన నాప్ కిన్స్

పెట్టెలు పెడుతున్నారు అమ్మాయిలు. వినత గోడకు ఆనుకొని నిలబడింది.

"నువు అమ్మాయి దోస్తంటగా..! ఇట్టారా కూర్చో" అన్నది ముసలమ్మ.

"నానమ్మా నువ్వు చీరెలోనే పాస్ పోసుకుంటావు వాసనొస్తుంది. నీదగ్గరకు వెళ్లొద్దన్నాడు నాన్న." అందా పాప.

ముసలమ్మ బాధపడలేదు, నవ్వనూ లేదు... అంతలోనే..

"మామ్మ చీరెలు మొన్ననే డెట్టాల్ లో వేశాం కదమ్మా అవేం వాసన రావులే. శుభ్రంగా ఉన్నాయి" అంది అక్కడ పనిచేసే ఆవిడ.

వినత కళ్లు తుడుచుకుంది...

మానవ సంబాధాలలో ఉండే ఒకానొక సున్నితమైన కోణం ఏదో అర్థమవుతున్నట్టు అనిపించింది వినతకు...

ఆఖరి పాట

ఏటవాలుగా ఉన్న పెద్దరాయి, దాని కింద ఇంకో చిన్న రాయి కూర్చునేందుకు వీలుగా ఉన్నాయి. పేపర్ల ఫైలు ఒళ్ళో ఉంచుకుని అతనివైపు చూశాను. మోకాళ్ళపైన కూర్చున్నాడు. మురిగ్గా ఉన్న కాళ్ళు, ముడతలు పడ్డ పంచె, చిరిగిన చేతులున్న గుడ్డ బనీను. మోకాళ్ళ పైనేమో చేతులుంచుకుని రెండు చేతులు జోడించుకుని 'ఊ' అని దీర్ఘం తీసి మధ్యలో కదిలించమాక అన్నాడు. నేను తలవూపాను. పాట మొదలైంది. 'ఆకు పచ్చని పొట్టిమొక్కల పైన గుత్తులుగా వేలాడుతున్న మిరపపళ్ళ తోట అది. కనుచూపు మేరంతా పరుచుకున్న పచ్చదనం.

పాట సాగుతోంది.

సాహిత్యం మొత్తంగా ప్రకృతే. అది పువ్వులని పలకరిస్తోంది. వానల్ని పిలుస్తోంది. చిలకల్ని, పక్షులనూ ఆహ్వానిస్తోంది. వర్షం పడక నెర్రెలిచ్చిన భూమి తరపున వేదన పడుతుంది. అది అచ్చంగా మనిషికీ, మొక్కలకీ మధ్యన ఒక అపురూపమైన భాష. పాట లాప్ టాప్ లో రికార్డు అవుతుంది, అతని జీవభాషలో ఏవో మాటలతో సహా. ఆ గొంతులో కమ్మని మాధుర్యం ఉందా? చుట్టూ మొక్కలన్నీ కదలక వింటున్న అనుభూతి కదులుతుంది. ఈ మనిషికీ మొక్కలకీ మధ్య బాంధవ్యం ఏమిటి?

చిలుకపచ్చ కోక కట్టిన నేలమ్మ
కాస్త తాళుమ్మ

ఎంత చమత్కారమైన పాట. వాన రాబోతుంది. మేఘాలు బయలుదేరాయి.

మెరుపులు మెరుస్తున్నాయి. ఇంకాసేపట్లో చల్లని చినుకులు రాలతాయి. నాకు దాహం వేస్తోంది. కొంచెం సేపు ఓర్చుకోమ్మా అంటున్నాడు అతను. నిజంగా నేలతల్లి మనిషైతే ఆ గొంతుకీ ఆ గొంతులో పలికే మాధుర్యానికీ దాహం సంగతి కాసేపు అవతల పెట్టి ఓపికగా ఎదురుచూడటం మొదలు పెట్టిందేమో. ఆ గొంతులో ఒక లయ, ఒక విరుపు, ఒక నమ్మకం, ఒక ఆశ. పాట ఆగింది. ఎత్తుగా ఉన్న ఏదో చెట్టుపై నుంచి ఎండుటాకు ఒకటి గిరికీలు తిరుగుతూ నేలను వాలుతోంది. చుట్టూ నిశ్శబ్దంలో నుంచి ఆ ఆకు తిరిగే శబ్దం కూడా వినిపిస్తోంది.

ఏందీ... ఇన్నా... అన్నాడతను.

నేను తలవూపేను. జానపద గీతాలు నా రీసెర్చ్. కొన్ని పాటలు రికార్డు చేసుకునేందుకు నేను కృష్ణా జిల్లాలోని ఒక మారుమూల పల్లెటూరికి వచ్చాను.

'పైడయ్యా, ఈ పాట ఎక్కడ నేర్చుకున్నావు?'

పైడయ్య నవ్వాడు. ఆ ముఖంపైన ముడతలు కూడా చిత్రంగా నవ్వుతున్నట్టు కదిలాయి.

'మా తాతున్నాడే. ఆయబ్బి జముకుల కథ చెప్పేవోడట. పాట ఇంటూనే ఉన్నా. పాట ఎంటనే ఊళ్ళో పెరిగా. పాడటంలో ఒక ఊపుంది, చూశా. అదే మాటల్లో వచ్చేది. పాట పాడకుండా ఇషయం చెప్పు అని మా అమ్మ అన్నదనుకో, మా తాత నవ్వేవాడు. 'ఆడు మాట్లాడుతున్నాడమ్మా, అయ్యి మాటలే. నీకు పాటల్లే ఇనిపించేయి మాటలే' అనేవాడు. పగలంతా పొలం గట్టు. రాత్రంతా పాట ముచ్చట్లు. నేను చూసింది మొక్కనీ, పాదునీ, కాయినీ కసరునీ, ఇన్నది ఏ మాటని ఎక్కడ ఇరిస్తే కమ్మగా మోగుతుందో, ఏముచ్చటని ఎంతగా రాగంలో లాగితే ఇనసొంపుగా ఉంటుందో ఒక దీచ్చ. దేవుని ముంగిట కూసోని, చేతులు జోడించి మా కియి ఇమ్మని కోరుకున్నట్లు, ఆ కాయినీ కసరునీ, పక్షినీ, పురుగునీ దాని మనసునీ లాక్కునే దీక్ష'.

నేను వింటున్నాను. నా ఎదురుగ్గా కూర్చున్న మనిషిని. అక్షరంముక్క నేర్వని వాడు. కానీ ఆ మనిషికి ప్రకృతితో మాట్లాడటం, మనసు తెలుసుకోవడం తెలుసు. ఎంత చమత్కారం. పురుగు మనసు తెలుసుకుంటాడా? తల వంచి చూశాను. ఒక ఎర్రని ఆరుద్ర పురుగు ఇంకో పురుగుని మోసుకుంటూ డబుల్ డెక్కర్ బస్ లా ముందుకు సాగుతోంది. నవ్వొచ్చింది. 'ఇదుగో ఆ పురుగేమంటుందో చెప్పు చూద్దాం'

అన్నాను.

'నువ్వు చెబితే అయి మాట్లాడవు. నా మనసు చ(క్రమంటే ఆటికి దయ కలిగి నా ఊసు ఇంటాయి. నేను కడుపు తరుక్కుపోయే ఏడుపుకి లొంగితే చెట్టు, చేమా మాటాడకుండా ఆకు కూడా కదల్చకుండా నా ఏడుపు నేను ఏడ్చేదాకా ఊరుకుంటాయి' అన్నాడతను.

'అసలు నువ్వెందుకు ఏడుస్తావ్' అన్నాను. నాకు తోచడం లేదు. ఈ మనిషికి తెలిసిన జీవితంతో నాకు పరిచయం లేదు. ఢిల్లీలో చదువుకున్నాను. పి.హెచ్.డి జానపద సాహిత్యం తీసుకున్నాను. మాయమైపోతున్న మన సంపదను గురించి నేను థీసీస్ ఇవ్వాలి. ఇతని పాట అడిగితే పురుగు మాటాడటం గురించి చెప్తాడు. పిట్ట కబురు గురించి వింటాడు. నన్ను వినమంటాడు. పదిరోజులుగా ఇదే నడుస్తోంది. పాటకు ఇంత అని డబ్బు రూపంలో ఒప్పుకున్నా. ఇస్తాను, రికార్డు చేసుకుని వెళ్ళిపోతా నాలుగు రోజుల్లో నా థీసీస్ పూర్తయిపోవాలి.

'ఇయ్యాలేం దెచ్చావు తినేందుకు' అన్నాడు.

'విజయవాడలో ఉదయం ప్యాక్ చేయించుకొచ్చిన మంచి భోజనం ఉంది. '

'తింటావా'

'చూపెట్టు ముందు'

కారు దూరంగా ఆపే ముందరే నా లంచ్ బ్యాగ్, మంచి నీళ్లు ఇద్దరం మోసుకొచ్చాం. రాతిపక్కన దుప్పటి పైన పరిచి ఫుడ్ ఓపెన్ చేసి పెట్టాను.

....అన్నం పుల్లల్లాగా బావుందే అన్నాడు. నాన్ వెజ్ మాత్రమే తింటా అన్నాడు. నేను కాస్త ప్లేట్లో పెట్టుకుని అతన్నే ఏం కావాలో తినమన్నా. ఎక్కడైనా ఇలాగే గొంతుక్కూర్చునే అలవాటు కాబోలు..తింటూ నచ్చనట్టు శబ్దం చేసాడు.

'సప్పగా లేదూ' అన్నాడు.

ఇంతకంటే కారం ఏం తింటాం అన్నాన్నేను. అప్పటికే బాటిల్ మంచినీళ్లు తాగాను కారం తినలేక.

'ఈ మిరప్పొళ్లు పట్టుకుపో. పొట్టిరకం, కారం చూడు నషాళం అంటిద్ది. అయ్యి ఊరికేనేలే. డబ్బులియ్యమాక'

'నాకెందుకూ' అన్నాను.

నిన్నటేల నాకు పంచెల చాపు తెమ్మంటే తెచ్చేవే. నువు డబ్బులడిగావా నేను ఇచ్చానా? ఇయ్యి నా పొలంలో పంట. నీకో గుప్పెడు ఇస్తే నేను అరిగిపోతానంట, అయినా కళ్ళం దాకా వచ్చినాకా అన్నీ అప్పుల వాళ్ల పాలే. రైతుకు నోటమట్టే' అన్నాడు మంచినీళ్ళు పైకెత్తి పోసుకుంటూ.

'రైతుకెన్ని తిప్పలంటే' అంటానే పాటెత్తుకున్నాడు.

ఆ గొంతెప్పుడూ ఆరోహణలోనే ఉంటుంది. అంతపై స్థాయిలో బాగా నిభాయిస్తాడు.

పొలంలో కాలుపెట్టిన రైతు ఎన్ని అగచాట్లు పడతాడో రాయి రప్పా ఏరి ప్రతి అంగుళం తడిని చూసి, సున్నితంగా గింజపాతి, గింజకు ఆకలయ్యేంత నీళ్ళే పోసి, ఆ నీళ్ళు పుక్కిట్లో పట్టి గింజ ఎలా కూడదీసుకుని ఒక్క ఊపున చిగురాకుని ఎలా పైకి తెస్తుందో, ఆ గింజ కడుపులోంచి చిగురు ఆకై, మొలకై మొక్క ఎంత గర్వంగా రైతువైపు చూస్తుందో, ఒక్కో మొక్కని చూస్తూ అది పూవు పూయడాన్ని, ఆ పువ్వుని రాల్చి మొక్క కాయని సృష్టించడాన్ని రైతు ఎంత శ్రద్ధగా గమనించుకుంటాడో పాట.

నేను తినడం మరిచాను, తాగడం మరిచాను. ఆ నిశ్శబ్దంలో, ఆ పొలం గట్టున ఆ పాట నన్ను చుట్టుముట్టి నన్ను తనలోకి లాక్కుంటుంది. ఇంత బాగుంటుందా ఒక ప్రాణి జీవితం. అది మనిషా, మొక్కా... ఏమైనా సరే ఒక జీవం.

పాట ఆగింది. నాకు ఈ జనజీవితంతో సంబంధం, పరిచయం ఏమీ లేదు. ఇల్లు, చదువు, పాటలు, డాన్స్. కాస్త సమయం దొరికితే అమ్మతో బంధువుల ఇళ్ళు, నాన్నతో టూర్లు. ఫామిలీ టూర్స్. వేగవంతమైన జీవితం. నాన్న ఉద్యోగం చీఫ్ ఇంజినీర్. కనస్ట్రక్షన్ సైడ్. ఆయన పెద్ద ఆఫీసర్, ఆయన క్లయింట్స్, ఆయన కోసం వచ్చే మనుషులు, అక్కడ ఎక్కడా ఈ నేల గురించి కబుర్లు లేవు. రాలేదు. ఇంతెందుకు, నేను మొదటిసారి మిరపమొక్కని చూసింది ఇక్కడే. పైడయ్య వెనకే వెళ్ళి ప్రక్కనే ఉన్న కొన్ని ఔషధ మొక్కల్ని చూశాను. అవయినా ప్రేమతో, పైడయ్య హృదయంతో పెంచే మొక్కలు కావు. ఒక కార్పొరేట్ హాస్పిటల్ వాళ్ళు చేయించే వ్యవసాయం ఇది. ఆ ఆయుర్వేద హాస్పిటల్ కోసం ఈ మొక్కల పెంపకం. అదో కార్పొరేట్ హాస్పిటల్. ఆవిరి స్నానాలు, మర్దనలూ, శరీరం బరువు తగ్గించే ప్రక్రియలు, వాటికి అనుబంధంగా బ్యూటిఫికేషన్ ట్రీట్మెంట్స్, ఇది పైడయ్య కొంత చెబితే నేను అర్థం చేసుకున్న విషయం. ఈ మొక్కలతో వాటిని పెంచేవాళ్ళు

మాట్లాడరు. రైతుకు పంటకూ మధ్య హృదయం ఏదీలేదు. విశాలమైన గులాబీతోట చూపించాడు పైడయ్య. ఒక పేద్ద బ్యూటీక్లీనిక్ లో పరిమళ స్నానం కోసం సరఫరా అవుతాయి. నేను వెళ్లేసరికి పువ్వులన్నీ కోశారు. రేపటికి వచ్చే మొగ్గలన్నీ మనోహరమైన అందంతో తుళ్లిపడుతున్నాయి. ఇంకా పెళ్ళిళ్ళకీ, బొకేలకీ పనికొచ్చే ఎన్నోరకాల పూలున్నాయి. సరే అవన్నీ సరే. ప్రతీదీ డబ్బు సంపాదన కోసం, డబ్బు కోసం చేసేదే. కానీ ఈ వారంగా నేను పైడయ్య దగ్గర చూసింది వ్యాపార భాష కాదు. అది స్వచ్ఛమైన రైతుభాష. నేను సబ్మిట్ చేయవలసిన ఐదువందల పేజీలకు కావాల్సిన మెటీరియల్ కోసం పైడయ్యకు డబ్బు ఇవ్వగలను. అతని పాటంతా నాకెందుకూ? అన్న పదం ఒక్కటే నా గొంతులో అడ్డం పడుతోంది. అందరూ నాకెందుకనే ఊరుకున్నారు. ఇళ్ళూ వాకిళ్ళూ వదులుకున్నారు. పుట్టి పెరిగిన నేలను వద్దనుకున్నారు. బతుకు భారమై కొత్త బతుకులు సర్దుకోమంటే వలసపోయారు. మరి పైడయ్య ఎక్కడికి పోవాలి. అతని పాటకు ఆలంబన అయిన పుట్టా, చెట్టూ, పురుగూ, పిట్టా ఇవన్నీ లేకపోతే పైడయ్య పాట ఎలా బతుకుతుంది. పైడయ్య చేతికందిన ఒక చెట్టుని దొరకపుచ్చుకున్నాడు. నిండా కాయలతో ఉందా మొక్క. పైడయ్య కొడుకులు ఇద్దరూ ఒక కనస్ట్రక్షన్ కంపెనీలో రోజు కూలీలుగా వెళ్ళిపోయారు. ఈ కాస్త పొలం వాళ్ళ కుటుంబాల కడుపు నింపదు. పంటవేశాక వచ్చేవరకూ బాలారిష్టాలతో ఆ వచ్చే కొద్దిపాటి సొమ్ము చేసిన అప్పులకే సరిపోతుంది. అవి ఎప్పటినుంచో తరతరాల నుంచి వస్తున్న అప్పులు వసూళ్ళు, మళ్ళీ అప్పులు. ఈ పరంపరకు అంతం లేదు. తండ్రి తాతల నుంచి సంక్రమించిన పొలం, కాస్తో కూస్తోగా ఉన్న ఇల్లు అన్నీ చేజారిపోయాయి. ఇప్పుడీ కాస్త నేలా ఈ కాస్త పొలం అన్యాక్రాంతం కావటానికి ఎంతో సమయం లేదు. నువ్వేం చేస్తావు అంటే సమాధానం లేదు. అసలు పైడయ్య పొలం లేకపోతే చేసే పనేలేదు.

"ఇప్పుడీ పాటకు డబ్బులిచ్చావు కదా, ఇంకో రోజుకు పాడించినా పాడతా బువ్వతే' అన్నాడతను. చేతిలో ఉన్న చెట్టుని పెరికాడు. ఆకులన్నీ ముడుచుకొని ఆకు ఆకు మధ్యని నల్లని తెరలాంటి బూజు పరుచుకుని ఉంది. చేతితో పెరికిన మొక్కకు వేళ్ళు ఎండి ఉన్నాయి. భూమిలోంచే నిలువునా ఎండిపోయిందా మొక్క.

మొక్కలు బతకవు. నీళ్ళు బోర్లేసి లాగేస్తున్నారు తెలుసా. మంచినీళ్ళ కోసం ప్లాంటేశారు. నీళ్ళన్నీ సీసాల్లో నింపుతారు. సుట్టూ నీళ్ళన్నీ అయిపోతున్నాయి. అడిగేవాడు ఎవరున్నారు. పైగా సెట్టెవరిక్కావాలి. నేలనిండా భవంతులు కడతా ఉంటే..'

లేచి నిలబడ్డాడు పైడయ్య. చేతులు పంచెకు రుద్దుకుని కాళ్ళు సవర దీసుకుంటూ నిలబడ్డాడు.

నేలను పరుచుకొన్న ఆ తీగలేమిటీ అన్నాను. దూరంగా ఉన్న పొలంవైపు చూపించి

'అయ్యా... అయి పెసళ్ళు. ఆ చేలన్నీ అమ్మకం అయిపోయాయి. అయి భవనాల కడతారు. ఈలోగా తొందరగా కాపు ముగించొచ్చని పెసళ్ళు వేశారు. పచ్చి పెసళ్ళు బావుంటాయి తింటావా?' అన్నాడు పైడయ్య.

వద్దని తల వూపి గట్టుపైన కొంత దూరం నడిచి ఫోటో తీసుకున్నాను. కొన్నాళ్ళకి ఈ పెసళ్ళు ఎలా పండుతాయి అని ఎవరైనా అడిగితే చూపించేందుకు ఉంటాయి కదా అని. అదే అన్నాను పైడయ్యతో. ఉలిక్కి పడ్డదతను, దూరంగా కనబడుతున్న పొలంవైపు పొడి కళ్ళతో చూస్తూ నిలబడ్డాడు.

పాట పాడనా అన్నాడు.

తల వూపేను. పాట సుళ్ళు తిరుగుతోంది.

ముట్టుకోను, ముద్దెట్టుకోను చారెడు నేల కనిపించని దురన్యాయం గురించి. మట్టి మేడలై పోతున్న దుస్థితి గురించి, మట్టిని గుండెలకు హత్తుకునే రైతు పాట అది. నేను రికార్డు చేసుకోవటం మర్చిపోయాను. నావి పైడయ్య లాగా కన్నీళ్ళు కార్చి కార్చి పొడిబారిన కళ్ళుకాదు. ఇంకా నీళ్ళింకని చెలమలు. నా కళ్ళలో నీళ్ళూరుతున్నాయి. ఆపాలని నాకు లేదు. ఇప్పుడు నాకు పైడయ్య తెలుసు. మట్టి తెలుసు. పురుగుభాష తెలుసు. మాయమై పోతున్న పాటను చూస్తే ఏడుపొస్తోంది. పైడయ్య పాట సాగుతూనే ఉంది. ఆ ఆఖరిపాట అంతం లేకుండా సాగదు కదా...

ౘ